अभिप्राय

भारताला नवा चेहरा मिळवून देणाऱ्या काही लोकांच्या कर्तृत्वाचा वेध घेण्याचा प्रयत्न वीर संगवी यांनी केला. त्यांच्या 'नवभारताचे शिल्पकार' या पुस्तकात या यशस्वी उद्योजकांच्या मुलाखती आहेत. लेखकाने त्यांच्याशी केलेल्या चर्चेतून त्यांच्या कामाचे महत्त्व उलगडत जाते. त्यासाठी संबंधितांनी बराच अभ्यास केला असावा, असे सहज लक्षात येते.

दैनिक लोकाशा, २३-८-२००९

सर्वसामान्यांची अशी एक समजूत असते, की उद्योगपती हा जन्मतःच श्रीमंत किंवा श्रीमंतीचा वारसा घेऊन आलेला असतो. ही समजूत बऱ्यापैकी चुकीची आहे. काही उद्योगपती वारसा घेऊन येतात; पण तो टिकविण्यासाठी आणि वाढविण्यासाठी त्यांना प्रचंड कष्ट उपसावे लागतात. त्यातही शून्यातून साम्राज्य निर्माण करणाऱ्या उद्योगपतींची संख्याही बरीच आहे. अशाच काही उद्योगपतींच्या कष्टांची, त्यांच्या कल्पकतेची माहिती करून देणारी पुस्तके अलीकडेच प्रसिद्ध झाली आहेत. त्यांची ही ओळख...

सकाळ, रविवार, ११-१०-२००९

आत्मभान जागवणारी ग्रंथसंपदा

'नवभारताचे शिल्पकार' हे पुस्तक म्हणजे ज्येष्ठ पत्रकार वीर संघवी यांनी भारतीय उद्योग क्षेत्रातील आघाडीच्या नेतृत्वांशी केलेली दिलखुलास बातचीत आहे. हे अकरा जण म्हणजे नंदन निलेकणी, कुमारमंगलम बिर्ला, सुनील मित्तल, राजीव चंद्रशेखर, अझीम प्रेमजी, सुभाष चंद्रा, बिक्की ओबेरॉय, नसली वाडिया, उदय कोटक, रतन टाटा इ. या सर्वांच्या जडणघडणीची कुतूहलजनक गाथा वीर संघवी यांनी मांडली असून, त्याचा नेटका अनुवाद सुप्रिया वकील यांनी केला आहे. भारतीय उद्योग क्षेत्र आणि त्यातील जिद्दीची कहाणी समजून घ्यायची तर या पुस्तकाला पर्याय नाही.

तरुण भारत, मंगळवार, २७ जुलै २०१०

प्रेरणादायी यशोगाथा

टाटा स्टीलचे रतन टाटा, भारती समूहाचे सुनील मित्तल, बीपीएल मोबाईलचे राजीव चंद्रशेखर, कोटक उद्योगसमूहाचे उदय कोटक, इन्फोसिसचे नंदन निलेकणी अशा भारतीय उद्योग क्षेत्रातील सर्वांत सामर्थ्यसंपन्न व्यक्तींची चरित्रे संग्रहात वाचायला मिळतात. वीर संघवी यांनी सामान्य माणसाप्रमाणे अनौपचारिक मुलाखती घेतल्यामुळे त्या मुलाखतींतून खऱ्याखुऱ्या माणसांचे दर्शन घडले आहे. या शिल्पकारांची ही यशोगाथा वाचकांना एक मेजवानीच ठरणार आहे.

देशदूत, ५ जुलै २००९

भारत घडवणारे शिल्पकार

जागतिकीकरणाच्या अंमलबजावणीनंतर देशातल्या नव्या पिढीतल्या उद्योजकांनी जागतिकीकरणाचे आव्हान जिद्दीने स्वीकारले. त्यांतल्या काहींनी तर शून्यातून प्रारंभ करून, जगभर आपल्या कंपन्यांच्या उद्योगांचा दबदबा निर्माण केला. अशा नंदन निलेकणी, अजिज प्रेमजी, सुनील मित्तल, राजू चंद्रशेखर, उदय कोटक, रतन टाटा, बिस्की ओबेरॉय, कुमारमंगलम् बिर्ला अशा नवउद्योजकांच्या वीर संघवी यांनी घेतलेल्या मुलाखती.

या उद्योजकांचे धाडस, निर्धार आणि यशोशिखर गाठण्यासाठी त्यांनी केलेल्या अपार परिश्रमांचीही माहिती वीर संघवी यांनी 'नवभारताचे शिल्पकार' या पुस्तकात दिली आहे. श्रमांची लाज बाळगू नका, हा त्यांच्या यशस्वी जीवनाचा मूलमंत्र आहे.

झुंबर, २५ ऑक्टोबर २००९

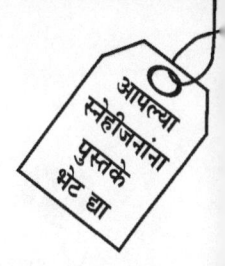

'मेन ऑफ स्टील' या इंग्रजी पुस्तकाचा
मराठी अनुवाद

नवभारताचे
शिल्पकार

भारतीय उद्योग क्षेत्रातील आघाडीच्या नेतृत्वांची वीर
संघवी यांच्याशी दिलखुलास बातचीत

वीर संघवी

अनुवाद
सुप्रिया वकील

मेहता पब्लिशिंग हाऊस

MEN Of STEEL by Vir Sanghvi

© Vir Sanghvi, 2007

First published in 2007 The Lotus Collection
An imprint of Roli Books Pvt. Ltd., New Delhi

नवभारताचे शिल्पकार / मुलाखतींवर आधारित (अनुवादित) चरित्र लेखसंग्रह

अनुवाद : सुप्रिया वकील

मराठी अनुवादाचे व प्रकाशनाचे हक्क मेहता पब्लिशिंग हाऊस, पुणे ३०

प्रकाशक : सुनील अनिल मेहता, मेहता पब्लिशिंग हाऊस,
१९४१ सदाशिव पेठ, माडीवाले कॉलनी, पुणे - ४११ ०३०

मुखपृष्ठ : फाल्गुन ग्राफिक्स

प्रकाशनकाल : मे, २००९ / नोव्हेंबर, २००९ / पुनर्मुद्रण : जानेवारी, २०१७

P Book ISBN 9788184980288

E Book ISBN 9789386745804

E Books available on : play.google.com/store/books
www.amazon.in/b?node=15513892031

प्रस्तावना

या पुस्तकामध्ये समाविष्ट असलेली व्यक्तिचित्रे एखाद्या मालिकेच्या सूत्रात गुंफण्याचा विचार आधी कधीच मनात आला नव्हता. मी यातील पहिलं व्यक्तिचित्र शब्दांत मांडलं आणि त्यानंतर एकामागून एक इतर व्यक्तिचित्रं तयार झाली.

त्याची कहाणी अशी – मी सुमारे वर्षभर रतन टाटांची मुलाखत घेण्याचं योजत होतो. अखेर वर्षभरानं तो योग जुळून आला. तोवर मात्र त्यांच्या आणि माझ्या तारखा काही केल्या जुळत नव्हत्या. मी मुंबईत असायचो, तेव्हा ते प्रवासात असायचे आणि ते दिल्लीला यायचे तेव्हा ते नेहमीच अतिशय कामात असायचे.

त्यानंतर, आम्ही 'हिंदुस्तान टाइम्स'ची मुंबई आवृत्ती प्रसिद्ध करण्याआधी तीनच दिवस रतन टाटांना त्यांच्या वेळापत्रकात जराशी उसंत मिळाली. त्या वेळी ते अर्धा दिवस दिल्लीत होते. मला जमत असेल तर त्यांनी मला तासभर वेळ द्यायची तयारी दर्शवली आणि मला 'ताज'मधील त्यांच्या 'स्वीट'मध्ये भेटायला बोलावलं.

मी अर्थातच या संधीचा फायदा घेतला.

सगळं काही ठीकठाक असतं तेव्हासुद्धा रतन बुजरे, मितभाषी असतात. ते स्वत:बद्दल बोलताना नेहमीच अवघडल्यासारखे होतात. त्यांना 'टाटा स्टील'च्या उत्पादन क्षमतेबद्दल विचारा, त्यांना सगळी आकडेवारी मुखोद्‌गत असते. त्यांना 'इंडिका' बाबतीत तुमच्या काय योजना आहेत असं विचारा, ते अकस्मात चैतन्यानं रसरसतील. पण तुम्ही रुसी मोदींना हटवण्याच्या मुद्यावर चर्चा करायला सुरुवात करून बघा, त्यांच्या चेहऱ्यावर एक अदृश्य मुखवटा चढू लागतो आणि त्यांची उत्तरं ओढूनताणून व एकावयवी येऊ लागतात.

वेल, मला वाटतं मी सुदैवी ठरलो. कशामुळंही असेल, पण रतन माझ्याशी बोलायला तयार आहेत असं दिसत होतं. लोक त्यांच्याविषयी जे जे बोलतात, पण

ज्या गोष्टींची त्यांनी कधीही जाहीर कबुली दिली नव्हती, त्या सर्व गोष्टींविषयी आम्ही चर्चा केली. अनेक टीकाकारांच्या नजरेतून ते मूलत: सामान्य व्यक्ती होते, अशी व्यक्ती की जिला केवळ आडनावामुळं 'टाटा सन्स'च्या सर्वोच्चपदी झेप घेता आली, या गोष्टीमुळे ते व्यथित होतात का? जे.आर.डी. टाटांनी ज्यांच्याकडं टाटा साम्राज्याचा ताबा सुपूर्द केला होता, त्या अनेक उच्चपदस्थ व्यवस्थापकांना हटवण्याच्या संदर्भात त्यांना काय वाटतं? आणि, ते कुणी मित्र जोडू न शकलेली एकाकी व्यक्ती होते का? अशा सर्व बाबींवर आमची चर्चा झाली.

रतन टाटांनी गेले दशकभर प्रसारमाध्यमांशी झालेल्या प्रत्येक संवादात ज्या विषयांवर बोलणं टाळलं, त्या विषयांवर चर्चा करायला ते कसे काय तयार झाले हे मला कधीच समजलं नाही. कदाचित, ते चिंतनशील मूडमध्ये असताना मी त्यांना भेटलो हे कारण असेल किंवा त्यांच्या करिअरला आकार देणाऱ्या घटनांबाबत त्यांना नि:पक्षपातीपणे बोलता यावं इतपत काळ निघून गेलाय, हे कारण असेल.

आम्ही आधी ठरवलेल्या तासाभरापेक्षा अधिक वेळ बोललो. मुलाखत संपली तेव्हा माझ्यापुढं पेच उभा राहिला. मी ही मुलाखत सरळ प्रश्नोत्तरांच्या स्वरूपात लिहिली, तर त्यातल्या बारीकसारीक गोष्टी सुटण्याची चिंता होती, पण त्यांच्यावर चरित्रात्मक लेख लिहावा इतकं मला त्यांच्याविषयी माहीत आहे का?

अखेर, मी ठरवलं की, सरळ २,००० शब्दांचा लेख लिहायचा. २,००० शब्दांचा लेख म्हणजे सर्वसाधारण वृत्तपत्रीय लेखाच्या चौपट लांबीचा लेख! आणि त्याप्रमाणं मी मुंबई आवृत्तीच्या पहिल्या अंकातल्या एका संपूर्ण पानाचा ताबा घेतला, (कधीकधी बॉस असणं असं फायद्याचं असतं!) आणि हा चरित्रात्मक लेख प्रसिद्ध केला.

'हिंदुस्तान टाइम्स'च्या मुंबई आवृत्तीत 'हाय-प्रोफाइल' गुन्हेगारी कथा (सलमान खान व गुन्हेगारी जगताविषयी) – हा विषय पुढं अनेक दिवस दूरचित्रवाहिन्यांच्या बातम्यांत प्रामुख्यानं होता – प्रसिद्ध होऊनही, रतन टाटांवरचा लेख अनेक लोकांच्या स्मरणात राहिल्याचं पाहून मला आश्चर्य वाटलं. या लोकांनी सांगितलं की, आम्हाला या लेखातून, कंपनीच्या कर्तृत्वामागचा माणूस समजला.

लेखक आपल्या कामगिरीबाबत नम्र क्वचितच असतात, तसंच मलाही या लेखाबद्दल अभिमान असला तरी, मी ही वस्तुस्थितीही नीट ओळखून होतो की, या लेखाला लाभणारी स्तुतीसुमनं माझ्या पत्रकारितेच्या दर्जासाठी नसून, या लेखाची मांडणी आवडल्यामुळं लाभत आहेत.

साधारणपणे, उद्योगपतींवर उद्योगविश्वाशी संबंधित पत्रकार चरित्रात्मक लेख लिहीत असतात. ते उद्योगपतींना किंमत व मिळकतीच्या गुणोत्तरांविषयी प्रश्न विचारतात आणि समूहाच्या एकूण वार्षिक उलाढालीविषयी चर्चा करतात. ज्यांची मुलाखत घेतली जाते त्या व्यक्ती अशा प्रकारच्या मांडणीत संतुष्ट असतात. काही दुर्दैवी जनसंपर्क अधिकारी बहुतेक त्यांना मुलाखतीपूर्वीच संभाव्य प्रश्नांचा अंदाज देतात, त्यामुळं त्यांचा प्रतिसाद ठरलेला असतो, त्याची रंगीत तालीम झालेली असते.

अगदी क्वचित, एखादा खराखुरा माणूस आकड्यांची चौकट भेदून बाहेर पडतो. बाकीचे उद्योगपती मुलाखती व व्यक्तीचित्रे वाचतात, ती त्यांना आवडतात. आपण बाकीचे सर्व जण पहिला परिच्छेद वाचतो आणि पान उलटून पुढं जातो.

रतन टाटांवरील लेख जमून गेला याचं कारण मी उद्योगविश्वाशी संबंधित पत्रकार नाही, हे असावं. मी उद्योगविश्वातील नियतकालिकांमधील एखादा लेख वाचू लागतो, आणि त्यात जेव्हा आकड्यांचे संदर्भ सुरू होतात तेव्हा माझा उत्साह मावळतो. मी रतन टाटांची मुलाखत, इतर कुणाही व्यक्तीची – म्हणजे राजकारणी, चित्रपट तारा, लेखक किंवा इतर कुणी – जशी घेतली असती, त्याच पद्धतीनं घेतली.

मग मी ठरवलं की, लेखाची मांडणी याच प्रकारे करायची, हेच स्वरूप यशस्वी ठरेल आणि अशा प्रकारे, मी दर मंगळवारी मुंबई आवृत्तीच्या त्याच ठरावीक पानावर, संपूर्ण पानभर भारतातील एका अग्रणी उद्योगपतीवर २,००० शब्दमर्यादेत लेख प्रसिद्ध केले. (यांपैकी बरेचसे लेख दिल्ली आवृत्तीत कधीही प्रसिद्ध झाले नाहीत.)

या उद्योगपतींना बोलतं करण्यासाठी त्यांची भेट मिळणं आश्चर्यकारक सोपं

ठरलं. सुभाष चंद्रा यांच्याशी तर योगायोगानं विमानातच भेट झाली आणि त्यांनी दुसऱ्याच दिवशी सायंकाळी मुंबईत माझ्या हॉटेलवर ड्रिंकसमवेत गप्पांचा आस्वाद घ्यायला येण्याची सहृदयता दाखवली. नसली वाडियांनी मला त्यांच्या घरी डिनरला बोलावलं होतं, आम्ही रात्री उशिरापर्यंत बोलत बसलो होतो. मी नंदन निलेकणींसमवेत दिल्लीमधील एका हॉटेलच्या कॉफी लाऊन्जमध्ये जुन्या दिवसांच्या आठवणींत तासनतास रमलो होतो. अझिम प्रेमजींनी बेंगलोरमधील त्यांच्या कार्यालयात दुपारच्या भोजनासाठी मला बोलवलं होतं. राजीव चंद्रशेखरनी माझ्यासमवेत अख्खा दिवस घालवला.

काही जणांची भेट मिळणं थोडं अवघड गेलं. कुमार बिर्लांनी एक विशेष समस्या मांडली. ते खासगी मुलाखती द्यायला उत्सुक नसतातच, शिवाय त्यांच्या बाबतीत हितसंबंधांचाही प्रश्न होता. मी 'हिंदुस्तान टाइम्स'साठी काम करतो. हे वृत्तपत्र बिर्ला कुटुंबाच्या दुसऱ्या शाखेच्या बहुतांश मालकीचं आहे. त्यामुळं आम्ही बिर्लांचा चरित्रलेख घ्यायचा का?

अखेर, मी ठरवलं की, हा लेख करायचाच. भारतातील एक अग्रणी उद्योगपती केवळ तो 'हिंदुस्तान टाइम्स'च्या अध्यक्षांचा नातेवाईक आहे म्हणून वगळायचा, यात मला अजिबात अर्थ वाटत नव्हता.

पण, अजून माझ्यापुढं त्यांच्या भेटीची वेळ मिळणं ही समस्या होतीच. अखेर, माझ्या बॉस शोभना भारतीय – त्या कुमार यांच्या आत्या आहेत – यांनी कुमारना फोन करून मुलाखतीची वेळ ठरवली. अशा प्रकारे बिर्ला-सूत्र कामी आलं.

या चरित्रात्मक लेखमालेत दोन लक्षणीय अपवाद आहेत. यामध्ये एकही अंबानी बंधू नाही. खरं तर, ही दोन्हीही व्यक्तिचित्रं रेखण्यासाठी मी अगदी सुसज्ज होतो कारण, मी मुकेश व अनिल यांना ते अमेरिकेतील विद्यापीठात शिक्षण घेऊन भारतात परत येऊन घरच्या उद्योगात रुजू झाले, तेव्हापासून ओळखतोय.

या दोघांनीही मुलाखत द्यायला नकार दिला नाही, पण दोघांनीही एकच अट घातली. ते एकमेकांविषयी सोडून सगळं बोलतील. त्या वेळी, अंबानींचं विभक्त होणं हा ठळक मथळ्यांचा विषय होता. अशा वेळी, या दोघांमध्ये कटूता निर्माण

करून त्यांना वेगळं करणाऱ्या परिस्थितीविषयी या दोघांपैकी कुणाचीच मतं न नोंदवता लेख लिहिण्यात काहीच अर्थ नव्हता. त्यामुळं मी मोठ्या खेदानं, या लेखांच्या यादीतून या बंधूंना वगळण्याचा निर्णय घेतला.

हे लेख लिहून आता काही काळ झाला आहे, त्यामुळे आता ते कालबाह्य ठरतील का? असंही मनात येत राहिलं. मला वाटतं, एका अर्थानं तसं घडलं आहे. उद्योग-व्यवसाय सातत्यानं बदलत असतो.

मी राजीव चंद्रशेखर यांची मुलाखत घेतली, तेव्हा त्यांनी 'बीपीएल मोबाइल' मधला त्यांचा हिस्सा नुकताच विकला होता. त्यानंतरच्या काही महिन्यांत ते काहीतरी नवं सुरू करणार हे गृहितच होतं. त्यामुळं त्यांच्या बाबतीत हा लेख कालबाह्य ठरेल कारण, त्यामध्ये त्यांच्या उद्योगविषयक कार्याचा पूर्ण समावेश असणार नाही.

पण राजीवनी कोणताही नवा उपक्रम निवडला तरी माणूस म्हणून ते फारसे बदलतील का, याबाबत मला शंकाच आहे. या लेखांमध्ये वस्तुस्थिती व आकडेवारी, नफा-तोटा, किंमत व मिळकत यांचा लेखाजोखा फारसा आढळणार नाही. या लेखांमध्ये या व्यक्तींविषयी आणि त्यांचं नशीब घडवणाऱ्या परिस्थितीविषयी वाचायला मिळेल. निदान या अर्थानं तरी हे लेख कालबाह्य झाले आहेत असं मला वाटत नाही.

भारतातल्या अस्वस्थ समाजात, भारतीय उद्योगांत सातत्यानं परिवर्तन घडत आहे. त्यामुळं या लेखांतील व्यक्ती त्यांच्या क्षेत्रामध्ये सदैव सर्वोच्च स्थानी राहतीलच असं नाही. पण मी या व्यक्तींची निवड खूप काळजीपूर्वक केली आहे. आणि आगामी दशकात या व्यक्ती भारतीय उद्योगांतील अग्रणी व्यक्तीच राहतील असं मी पैजेवर सांगू इच्छितो.

दिल्ली, जुलै २००६   **वीर संघवी**

पुस्तकाविषयी थोडेसे

हे भारताच्या उद्योगक्षेत्रांतील सर्वांत सामर्थ्यसंपन्न नेतृत्वांचे चरित्रलेख आहेत. या व्यक्ती भारताला २१ व्या शतकात झेप घेण्यास बळ प्रदान करत आहेत. हे भारताच्या थोर यशोगाथेचे शिल्पकार आहेत.

या सर्व असामी तुम्हाला या पुस्तकात भेटतील. यामध्ये, भारतीय उद्योगांतील पारंपरिक मातब्बर आहेत : रतन टाटा व कुमार मंगलम बिर्ला. माहिती-तंत्रज्ञान क्षेत्रातील नवे गुरू आहेत : नंदन निलेकणी व अझिम प्रेमजी. नव्यानं उदयाला आलेल्या मनोरंजन व टेलिफोनी क्षेत्रातील हुशार व्यक्ती आहेत : सुनील भारती मित्तल, सुभाष चंद्रा व राजीव चंद्रशेखर... आणखी अशाच व्यक्ती इथे भेटतील.

या सर्व व्यक्तींनी वीर संघवींना त्यांच्या आशा-आकांक्षा, त्यांची स्वप्नं, त्यांचा आशाभंग या गोष्टींबद्दल सांगितलं आहे. हे चरित्रलेख ताज्या माहितीवर व या 'मेन ऑफ स्टील' नी स्वत: सांगितलेल्या माहितीवर आधारित आहेत.

नव्या भारताची यशोगाथा समजून घेणाऱ्यांसाठी ही खास मेजवानीच ठरेल.

अनुक्रमणिका

‘द वर्ल्ड इज फ्लॅट’

नंदन निलेकणी

व्यवस्थापकीय संचालक व मुख्य कार्यकारी अधिकारी, इन्फोसिस

✦

मी नंदन निलेकणींना पंचवीस वर्षांहून अधिक काळ ओळखतो किंवा थोडं वेगळ्या शब्दांत सांगायचं, तर त्यांचं निम्मं आयुष्यभर ओळखतोय. १९८० साली आमची पहिल्यांदा भेट झाली, त्या वेळी त्यांना आयआयटीतून बाहेर पडून दोन वर्षं झाली होती. आणि ते नरीमन पॉइंट येथे असलेल्या ‘पटनी असोसिएट्स’ नामक संगणक कंपनीत काम करत होते. त्या वेळी नंदन यांच्यासहित आम्हा कुणालाही जराही कल्पना नव्हती की, या शतकाच्या अखेरीस त्यांचं नाव इतकं सुपरिचित होईल किंवा ते ३,००० कोटी रुपयांपेक्षा जास्त संपत्तीचे धनी असतील.

त्या आत्ताच्या तुलनेत साध्या युगात, नंदन यांचा पगार चांगला घसघशीत म्हणजे महिना बाराशे रुपये होता आणि त्यांनाही आपली मिळकत चांगली आहे असं वाटत होतं. कारण त्यांचे वडील निवृत्त झाले त्या वेळी वडिलांना बाराशे रुपये पगार होता.

नंदन म्हणतात, ‘‘वडिलांना त्यांच्या करिअरच्या अखेरीस जेवढा पगार मिळत होता, तेवढा पगार आपल्याला आपल्या करिअरच्या प्रारंभीच मिळतोय, हा मोठा किफायतशीर सौदा वाटत होता.’’

> ‘इन्फोसिस’ काय होती? ती होती एक कल्पना. आम्ही आमच्या यशाचं श्रेय कशाला द्यायचं? ते श्रमशक्तीला व यंत्रसामग्रीला नसून कल्पनांना आहे.

या आकड्यांवरून नंदन यांची पार्श्वभूमी तुमच्या ध्यानात येईल : भक्कम, उच्च शिक्षित, दक्षिण भारतीय मध्यमवर्गीय ब्राह्मण. मात्र, आपण फारशा श्रीमंत कुटुंबातून आलेलो नाही ही गोष्टही ते सांगतात आणि आपलं कुटुंब श्रीमंत नव्हतं याची त्यांना कधीही खंत वाटली नाही.

बहुतेक सर्व मापदंडांनुसार, नंदन यांची संपत्ती व कीर्तीच्या शिखरापर्यंत झेप ही स्तिमित करणारी यशोगाथा आहे. आणि तरीही, भारतीय माहिती-तंत्रज्ञान उद्योगाच्या संदर्भात सांगायचं तर हे अपवादात्मकही नाही. काही तंत्रकुशल व्यक्ती नंदन यांच्या इतक्याच यशस्वी आहेत हे मान्य करावेच लागेल, यशोगाथांची चणचण कधीच नाहीय. आणि बहुतेकशा नवअब्जाधिशांची पार्श्वभूमी उच्च शिक्षित मध्यमवर्गीय ते कनिष्ठ मध्यमवर्गीय दक्षिण भारतीय कुटुंबातली आहे.

त्यामुळं, आपला जुना मित्र आता इतका श्रीमंत झाल्याचं किंवा एके काळचा अनाम अभियंता आता इतका सुप्रसिद्ध झालाय याचं मला आश्चर्य वाटत नाही. आमच्या मुलाखतीदरम्यान, आम्ही बसलो होतो त्या 'कॉफी शॉप'मधला प्रत्येक जण थबकून त्यांना निरखून पाहत होता.

नाही, मला आश्चर्य वाटतं, ते नंदननी त्यांच्या व्यक्तिमत्त्वात ज्या पद्धतीनं परिवर्तन घडवलं त्याचं!

सदैव सज्ज... 'ऑन मोड' वर

नंदन यांच्याबद्दलचं माझं पहिलंवहिलं आणि जवळपास दोन दशकांच्या कालावधीत तसंच राहिलेलं मत म्हणजे : या माणसाजवळ दिसतं त्यापेक्षा कितीतरी जास्त आहे.

ते फारसं बोलत नसत, स्वत:विषयी कधीही काही सांगत नसत आणि सगळे गंभीर प्रश्न हसण्यावारी उडवून लावत असत. मात्र, ते एखाद्या संभाषणात प्रत्यक्ष सहभागी नसत तेव्हासुद्धा ते बारकाईनं निरीक्षण करत आहेत, असं नेहमी जाणवायचं. जेव्हा बाकीच्या सर्वांचं भान हरपलेलं असायचं आणि नंदन त्यापासून दूर... गाढ झोपलेत असं वाटायचं तेव्हासुद्धा ते पूर्ण दक्ष आहेत हे मला नेहमी ठाऊक असायचं.

हा असा माणूस होता की तो कधीच 'ऑफ' नसायचा. ते कितीही निवांत, आरामात दिसत असले तरी ते सदैव सज्ज... सदैव 'ऑन' असायचे.

आता आमच्या पहिल्या भेटीला पाव शतक उलटल्यानंतर मी त्यांना याबद्दल थेट प्रश्न केला.

"अशा प्रकारे दक्ष अलिप्तपणा राखण्याचा तुम्हाला सार्थ अभिमान होता ही गोष्ट खरी नाही का?'' मी विचारलं, ''म्हणजे तुम्ही प्रत्येक परिस्थितीचा घटक

असायचात आणि तरीही त्यात सहभागी घटक नसायचात; म्हणजे कुठंतरी तुम्ही सदैव निरीक्षकाच्या भूमिकेत तटस्थपणे परिस्थितीचं निरीक्षण करत असायचात?''

नंदन निलेकणींच्या चेहऱ्यावर स्मित उमटलं.

"होय, खरं आहे,'' ते म्हणाले. "मी सदैव अतिशय अलिप्त असायचो.''

पण मला वाटतं, हाच खरा बदल आहे. आजही ते जुने नंदनच आहेत. फरक पडला आहे तो फक्त त्यांच्या वागण्याच्या पद्धतीमध्ये. आता ते स्वत:चा कितीतरी अधिक सहभाग देऊ इच्छितात. त्यांची ती जुनी तटस्थ अलिप्तता दूर झाली आहे. आता त्यांच्या मनात काय विचार आहे तो आपल्याला कळला आहे असं आपल्याला वाटतं. त्यांच्या अस्तित्वाच्या गाभ्यातून एक विशिष्ट उत्कटता उत्सर्जित होतीय असं वाटतं. त्यांना एखादा प्रश्न विचारा, ते तुम्हाला थेट उत्तर देतील. आता त्यामध्ये पूर्वीचा थट्टेवारी नेण्याचा प्रकार नसतो.

"हे जाणूनबुजून आहे,'' नंदन म्हणाले.

जाणूनबुजून? म्हणजे एखाद्या दिवशी सकाळी उठून त्यांनी ठरवलं की आपण हे आता थोडं कमी करायचं?

"मला सांगण्यात आलं की,'' ते स्पष्ट करत म्हणाले, "माझा जीवनाकडं पाहण्याचा दृष्टिकोन फारच बौद्धिक आहे. मला सांगण्यात आलं की, मी निरीक्षकाच्या भूमिकेत जरा जास्तच असतो. मला जर एखाद्या संस्थेचं नेतृत्व करायचं असेल, तर मी उत्कटता, झपाटलेपण दाखवणं आवश्यक आहे. मी लोकांना माझ्याशी संवाद साधू देण्याची आवश्यकता आहे.''

म्हणजे हा फक्त व्यावसायिक निर्णय होता तर?

"नाही, मला वाटतं मी माणूस म्हणून बदललो आहे. मला गुंतायची अधिक इच्छा आहे. मला अधिक उत्कटता जाणवते. आणि मला कधी वाटलंसुद्धा नव्हतं इतका मी प्रत्यक्ष उदाहरणातून सिद्ध करण्यास सक्षम झालो आहे.''

याचा तुम्हाला अधिक आनंद आहे तर?

ते हसले.

"हो. अर्थातच. तो दिसत नाही का?''

होय, दिसतोय!

एका भेटीनं त्यांचं जीवन बदललं

नंदन स्पष्ट करतात की, त्यांचं सध्याचं स्थान किंवा श्रेष्ठत्व त्यांच्या बुद्धिमत्तेमुळं नाही. अर्थात ते हुशार होतेच. ते बेंगलोरच्या 'बिशप कॉटन'मध्ये होते तेव्हा ते शाळेत पहिले आले होते. त्यानंतर वयाच्या बाराव्या वर्षी ते धारवाडला त्यांच्या

मामांकडं राहायला गेले. तिथं त्यांनी 'कर्नाटक कॉलेज'मध्ये चार वर्षं शिक्षण घेतलं आणि अखेर ते मुंबईला आयआयटीमध्ये दाखल झाले.

"शाळेत असताना मी नेहमी पहिल्या तीन क्रमांकात असायचो. मात्र, आयआयटीमध्ये प्रवेश मिळणं ही फार आनंदाची गोष्ट होती. मी 'इलेक्ट्रिकल इंजिनिअरिंग' ही शाखा निवडली. त्या वेळी ही शाखा सर्वांत लोकप्रिय होती. त्यामुळं आयआयटीमध्ये माझ्यासोबत काही अत्यंत बुद्धिमान मुलं होती. त्यांच्या तुलनेत मी कुणी असामान्य नव्हतो. मी तिथल्या वर्गात कधीच पहिला नसायचो. तिथं माझ्यापेक्षा कितीतरी जास्त बुद्धिमान मुलं होती."

नंदन यांच्या दृष्टीनं आयआयटीमध्ये खराखुरा फरक होता तो आजूबाजूच्या परिस्थितीत.

ते सांगतात की, मी चार वर्षं आईवडिलांपासून दूर राहिलो.

वयाच्या बाराव्या वर्षापासून त्यांना स्वत:च्या घरी कधी राहताच आलं नाही कारण त्यांच्या वडिलांना फिरती असायची, त्यामुळं छोट्या नंदनना धारवाडमध्ये मामांच्या घरी अधिक स्थिर बालपण लाभेल या विचारानं त्यांना धारवाडला ठेवलं होतं.

या गोष्टीचे दोन आनुषंगिक परिणाम लगेचच दिसले. पहिला म्हणजे, ज्याला ते आता उमलत्या वयात स्वातंत्र्याची जाणीव होणं म्हणतात ती जाणीव त्यांच्यामध्ये निर्माण झाली; मानसशास्त्रज्ञांना त्यांच्या बौद्धिक अलिप्ततेची मुळं बहुधा या टप्प्यावर सापडतील आणि दुसरा म्हणजे, धारवाड ते मुंबई हे स्थित्यंतर जीवन स्तराच्या संदर्भात अत्यंत क्लेषकारक होतं.

"त्या काळी," ते आठवणींत डोकावत म्हणाले, "फार निराळ्या प्रकारची माणसं आयआयटीमध्ये जात असत. सगळे जण मोठमोठ्या शहरांतले, 'कॅथेड्रल स्कूल' सारख्या ठिकाणांहून आलेले अत्यंत आधुनिक असायचे. त्यांची धारवाडमधल्या शाळेत जाणाऱ्या कुणा मुलाशी कधी भेटच झाली नव्हती."

ते सांगत होते की, ती सुरुवातीची वर्षं आजूबाजूच्या परिस्थितीच्या संदर्भात फार खडतर होती. मात्र याच काळात त्यांना स्वत:मधलं एक महत्त्वपूर्ण सामर्थ्य ध्यानात आलं, ते म्हणजे : त्यांचं संघटनात्मक कौशल्य.

"माझ्यात संघटन क्षमता चांगली आहे हे माझ्या लक्षात आलं. म्हणूनच मी 'मूड इन्डिगो' व अशाच प्रकारच्या इतर उपक्रमांमध्ये सहभागी झालो. मी 'क्विझर' बनलो, आणि शेवटच्या वर्षात असताना मी आयआयटी मुंबईचा 'जनरल सेक्रेटरी' होतो."

१९७८ सालाच्या अखेरीस त्यांचं इंजिनिअरिंगचं शिक्षण अंतिम टप्प्यात आलं होतं, त्या वेळी नंदननी परदेशात नोकरी शोधण्याचा आदर्श पर्याय नाकारला.

त्याचं कारण ते आता 'शैथिल्य व आळशीपणा' असं सांगतात. त्यांनी एमबीएसाठी अर्ज करण्याचा विचार केला होता, मात्र आयआयएमच्या प्रवेश परीक्षेआधी ते आजारी पडले आणि ही कल्पना बारगळली.

त्यामुळं त्यांनी मुंबईतच नोकरी शोधली. ते 'पटनी सिस्टिम्स' मध्ये रुजू झाले, आणि तिथंच त्यांची भेट एन. आर. नारायण मूर्ती यांच्याशी झाली.

आणि त्यांचं अवघं जीवन कायमचं बदललं!

नोकरी सोडण्यातच 'इन्फोसिस'ची मुहूर्तमेढ रोवली गेली

जागतिक उद्योगाच्या इतिहासात गुरू-शिष्य नात्याच्या कहाण्या विपुल प्रमाणात आढळतात; पण एक अलौकिक व्यक्ती व त्याला मानणारा शिष्यगण यांच्या नात्याची इतकी सुखद फलनिष्पत्ती घडलेली मी दुसऱ्या कोणत्याही भारतीय कंपनीत पाहिली नाही.

१९७० च्या दशकाच्या उत्तरार्धात नारायण मूर्ती 'पटनी' मध्ये एका विभागाचं प्रमुखपद सांभाळत होते. त्यांचे पटनी बंधूंपैकी एका भावाशी चांगले सूर जुळले होते. त्यांच्यावर बऱ्याच जबाबदाऱ्यांचीही धुरा होती.

कंपनीत नेमणुका करताना मूर्तींची स्वत:ची अशी पद्धत होती. ते अनुभवी अभियंत्यांपेक्षा कॉलेजमधून बाहेर पडलेल्या ताज्या दमाच्या तरुणांना प्राधान्य देत असत. मात्र, उमेदवाराची निवड करताना, ते केवळ परीक्षेतल्या गुणांवरच विसंबून राहत नसत. नंदन नोकरीसाठी मुलाखत द्यायला गेले तेव्हा मूर्ती त्यांच्याकडून अवघड प्रश्न सोडवण्याची अपेक्षा करतायत हे पाहून नंदनना आश्चर्याचा धक्काच बसला. मूर्ती त्या वेळी बुद्ध्यांक चाचणी घेणाऱ्या शाळामास्तरसारखे वागले होते.

अर्थातच नंदन त्या प्रश्नांची उकल समर्थपणे करू शकले त्यामुळंच मूर्तींनी त्यांची तिथल्यातिथं नेमणूक केली आणि या दोन व्यक्तींमध्ये अगदी झटकन जवळीक निर्माण झाली.

नंदन आवर्जून सांगतात की, मूर्ती फक्त माझ्यासारख्या तरुणाचेच मार्गदर्शक नव्हते, तर : "त्यांच्यामध्ये असामान्य नेतृत्वगुण होते आणि संपूर्ण विभाग त्यांना पूज्य मानत असे."

१९८१ साली, पटनी बंधूंपैकी ज्या भावाचा नेहमी मूर्तींशी संबंध यायचा, तो गावाला गेला होता. त्या वेळी दुसऱ्या भावानं त्यांच्याशी उद्धट वर्तन केलं. नंदनमी त्या मतभेदाचे तपशील उघड करायला नकार दिला, मात्र आठवणीत डोकावत सांगितलं की : त्यांनी मूर्तींना एक गोष्ट करायला सांगितली होती, पण मूर्तींना ती पटत नव्हती; त्यांनी श्री. पटनी यांना कारण विचारताच त्यांना "तुम अपना काम करो" – म्हणजेच "तुम्हाला जेवढं सांगितलंय तेवढं करा" असं सांगण्यात आलं.

मूर्तींना भेटलेला कुणीही माणूस सांगेल की, त्यांच्यालेखी आत्मसन्मान कशाहीपेक्षा श्रेष्ठ आहे. त्यामुळं स्वाभाविकपणे, ते नोकरी सोडून बाहेर पडले आणि तितक्याच स्वाभाविकपणे, त्यांचा अख्खा विभागही त्यांच्यासोबत बाहेर पडला.

या सर्वांना पारंपरिक बनिया बॉसेससाठी काम करण्याचा वीट आला होता. त्यांनी स्वत:ची कंपनी उभारायचं ठरवलं.

अर्थातच, ही कंपनी होती – इन्फोसिस.

एका पंजाब्याची संधी हुकली

इन्फोसिसचे मूलाधार आता उद्योगक्षेत्रातले सुप्रसिद्ध मातब्बर असामी बनले आहेत, पण मला वाटतं, की ही कहाणी पुन:पुन्हा सांगून काहीशी बोथट झाली आहे.

मला आठवतंय त्यानुसार, त्यांची मार्गदर्शक प्रेरणा एक नैतिक, व्यावसायिक व्यवस्थापन असणारी कंपनी उभारणं ही नक्कीच असेल – मूर्ती व नंदन सगळ्या मुलाखतींत हे सांगत असतातच – पण त्या काळी ते जो शब्द वापरत असत तो इतिहासातून पुसला गेला आहे.

ते म्हणायचे की, आम्हाला 'बिन-मारवाडी कंपनी' स्थापन करायची आहे.

यातून त्यांना असं म्हणायचं असे – किंवा त्या वेळी मला तसं वाटत असे, की त्यांना 'इन्फोसिस' त्या युगातील ठरावीक पद्धतीच्या मारवाडी-बनिया उद्योगाच्या अगदी विरुद्ध पद्धतीनं चालवायची आहे. त्यांच्या कंपनीत कर्मचाऱ्यांना आदराची वागणूक मिळेल. तिथं लाच द्यावी लागणार नाही. तिथं कसलेही रोखीचे व्यवहार होणार नाहीत. कुणीही एक पैसाही कंपनीबाहेर नेणार नाही. सर्व निर्णय शेटजी व त्यांच्या मुलांकरवी नव्हे तर, व्यावसायिक तज्ज्ञांच्या एकविचाराने घेतले जातील.

आता नंदन 'बिन-मारवाडी' कंपनी या शब्दप्रयोगाविषयी विचारता, आठवत नसल्याचा बहाणा करतात, पण माझी पक्की खात्री आहे की, त्या काळी मूर्ती व त्यांच्या सहकाऱ्यांच्या नजरेसमोर 'इन्फोसिस'चं चित्र असंच होतं.

'पटनी सिस्टिम्स' सोडणाऱ्यांमध्ये नंदन व मूर्तींसह सहा दक्षिण भारतीय होते, आणि एक पंजाबी होता – अशोक अरोरा.

इन्फोसिस म्हणजे – त्या काळी भारतीय उद्योगावर वर्चस्व असलेल्या उत्तर भारतीय बनियांविरुद्ध दक्षिण भारतीय ब्राह्मणांचं बंड होतं, हे विधान नंदनना आवडलं नाही.

''दक्षिण भारतीय म्हणजे काही एकसंध घटक नव्हे,'' ते म्हणाले, ''आम्ही तिघं जण कर्नाटकातले होतो. दोघं जण केरळमधले होते, एक तामिळनाडूतला होता आणि अशोक अरोरा पंजाबी होता.''

हे नि:संशय खरं आहे आणि सहा दक्षिण भारतीयांपैकी एक ब्राह्मण नव्हता, हेही खरं आहे.

मात्र अशोक अरोरा इथं राहिले नाहीत. इन्फोसिसनं प्रचंड झेप घेण्याआधीच त्यांनी इन्फोसिस सोडलं, हेही वास्तव आहे.

तेव्हा ते इथंच राहिले असते तर आज ते अब्जाधीश झाले असते.

इन्फोसिस सार्वजनिक क्षेत्रात...

प्रारंभीच्या वर्षांत, इन्फोसिस फिरत्या स्वरूपात होतं. मूर्ती भारतात राहायचे व त्यांचे शिष्य विविध ग्राहकांसाठी प्रत्यक्ष कार्यस्थळी काम करण्यासाठी विदेशात होते. १९८१ सालच्या जुलै महिन्यात नंदन अमेरिकेला गेले होते. १९८४ साली ते काही महिन्यांसाठी बेंगलोरला आले होते, पण त्या दशकात ते बहुतेकसा काळ अमेरिकेतच होते.

कंपनी छानच चालली असली तरी भरपूर पैसे कधीच मिळत नव्हते आणि कंपनीची जी काही मिळकत होती ती पुन्हा धंद्यातच गुंतवली जात होती तर कंपनीचे भागीदार शक्य तितका कमीत कमी पगार घेत होते.

मला अंधुकसं आठवतंय, की १९८० च्या दशकाच्या अखेरीस या उद्योगाच्या विलीनीकरणाबाबतही थोडी चर्चा होती आणि मूर्तींच्या व्यक्तिमत्त्वाचा प्रभाव व त्या जोडीनं कंपनी यशस्वी होणारच ही नंदन यांची ठाम खात्री या बळावर इन्फोसिस तरून गेली.

आर्थिक सुधारणांबरोबरच बऱ्याच गोष्टींमध्ये सकारात्मक बदल घडले – मनमोहन सिंग यांच्या उदारीकरणाच्या धोरणामुळं इन्फोसिसला यश लाभलं असं मूर्तींनीही म्हटलंच आहे – आणि १९९१ साली कंपनी अचानक यशस्वी भासू लागली. त्यांच्या वार्षिक उलाढालीवरून हे लक्षात येईल. १९९१ साली त्यांची वार्षिक उलाढाल होती ५.५ कोटी रुपये; १९९२ साली ९.५ कोटी रुपये; १९९३ साली १४ कोटी रुपये; १९९४ साली ३० कोटी रुपये आणि १९९९ साली हाच आकडा ५०९ कोटी रुपयांवर जाऊन पोचला होता.

नंदन म्हणतात की, ते योग्य वेळी योग्य स्थानी होते. १९९१ साली, परदेशी कंपन्या भारताकडं 'सॉफ्टवेअर ऑपरेशन्स'चा पाया म्हणून पाहू लागल्या. भारतात घडलेल्या सुधारणांमुळं जागतिक गुंतवणूकदारांना हा देश आकर्षक वाटू लागला आणि सरकारनं सॉफ्टवेअर निर्यातीला चालना मिळण्यासाठी धोरण आखलं.

असं असूनही, १९९३ साली इन्फोसिस सार्वजनिक क्षेत्रात उतरली तेव्हा, प्रारंभीचे बहुतेकसे गुंतवणूकदार परदेशी संस्थाच होत्या. त्यांनी सॉफ्टवेअर क्षेत्राचं सामर्थ्य जाणलं होतं. भारतीय गुंतवणूकदार मात्र ज्या उद्योगात कर्मचारी शक्ती

नाही, कसला प्रकल्प नाही, यंत्रसामग्री नाही, अशा उद्योगात गुंतवणूक करताना साशंक होते.

मला वाटतं, मीसुद्धा त्या शंकासूरांपैकीच एक होतो. 'इन्फोसिस'चा 'पब्लिक इश्यू' निघाला होता त्या वेळी नंदननी मला 'इन्फोसिस'चे समभाग घेण्याचा आग्रह केला होता. तोवर मी आयुष्यात कधीच 'स्टॉक्स' विकत घेतले नव्हते आणि दहा हजार रुपये गुंतवायचे म्हणजेसुद्धा माझ्या दृष्टीनं महान त्याग करण्यासारखं होतं.

नंदन कधीकधी थट्टेनं म्हणतात की, १९८० च्या दशकात ज्याचा पगार अवघे काही हजार रुपये होता व या दशकाच्या अखेरीला ज्याला कशीबशी पहिली गाडी विकत घेता आली त्या जुन्या मित्राची भागीदारी असलेल्या कंपनीत तू पैसे गुंतवायला तयार नव्हतास!

पण माझं खरंच तसं नव्हतं.

इतर सगळ्या भारतीय मध्यमवर्गाप्रमाणंच मीसुद्धा उदारीकरणामुळं व तंत्रज्ञानविषयक क्रांतीमुळं मुक्त होणारी शक्ती स्तिमित होऊन पाहत होतो.

पण नंदनना परिस्थितीची चांगली जाण होती. त्यांनी भविष्याचा अचूक वेध घेतला होता आणि इन्फोसिस वाऱ्यावर कशी स्वार होईल, तेही त्यांना ठाऊक होतं.

(मला माहिती मिळाली आहे की, १९९३ साली 'इन्फोसिस'मध्ये गुंतवलेल्या दहा हजार रुपयांचं मोल आज एक कोटी रुपयांपेक्षा जास्त आहे. त्यामुळं आता तुम्हाला कळेल की, ते इतके श्रीमंत कसे आणि मी इतका गरीब कसा!)

पैसा महत्त्वाचा असतो

'इन्फोसिस'ची बाकीची कहाणी सुपरिचित आहेच. त्यांचा नफा वाढला, तशी ही कंपनी टाटांप्रमाणेच भारतातील सर्वांत प्रशंसनीय कंपनी बनली. या कंपनीचं यश हा भारतीय कल्पकतेचा मापदंड आणि भारतीय लोक जागतिक बाजारपेठेच्या स्पर्धेत उतरू शकतात याची साक्ष बनला.

आज 'मार्केट कॅपिटलायजेशन'च्या संदर्भात ही भारतातील चौथ्या क्रमांकाची बलाढ्य कंपनी आहे; टाटा स्टील, टाटा मोटर्स, बीएचइएल (भेल), एल ॲन्ड टी, स्टेट बँक ऑफ इंडिया, आयटीसी यांच्याही पुढं... कारण या कंपनीचे संस्थापक आपली कंपनी कोणत्याही मारवाडी कंपनीपेक्षा मोठी होण्याबाबत आग्रही होते. (या कंपनीपेक्षा मोठ्या असणाऱ्या तीन कंपन्या म्हणजे ओएनजीसी, एनटीपीसी व रिलायन्स.)

काही वर्षांपूर्वी मूर्तींनी कंपनीच्या प्रत्यक्ष कामकाजातून बाजूला होणार असल्याचं जाहीर केलं. कंपनीचे आणखी एक संस्थापक – एन. एस. राघवन म्हणाले की, कंपनीच्या व्यवस्थापनासाठी अधिक तरुण व्यक्तीची गरज होती आणि इन्फोसिसमधील

निर्णय समितीने (राजकीय पक्षांची मुख्य कार्यकारी समिती असते त्या धर्तीच्या) नंदन यांची प्रमुख कार्यकारी अधिकारी पदावर निवड केली आहे.

अर्थातच मूर्ती अजूनही कंपनीत आहेतच, पण त्यांचे 'प्रमुख सल्लागार' हे नवे पद त्यांचे खरे सामर्थ्य प्रकट करत आहे.

नंदन त्यांना भारतीय इतिहासातील पाच अग्रणी उद्योगपतींच्या पंक्तीत स्थान देतात, "जे.आर.डी. टाटा, जी.डी. .बिर्ला, धीरुभाई अंबानी आणि... वेल, मला माहीत नाही... आणखी कुणीतरी असेल."

नंदन प्रचंड श्रीमंत आहेत. त्यांची वैयक्तिक संपत्ती समभागांच्या दरानुसार हिंदोळत असते, पण त्यांच्या संपत्तीचा आकडा नेहमी ३००० कोटी रुपयांपेक्षा जास्तच असतो. या कंपनीचे संस्थापक स्वत:ला तुलनेनं मर्यादित पगार देतात – गेल्या वर्षी नंदनना वार्षिक चाळीस लाख रुपये पगार मिळाला – आणि कंपनीवर कुठलेही खर्च बसवत नाहीत. मूर्ती 'इकॉनॉमी क्लास' मधून प्रवास करू लागले आहेत, तसंच ते पंचतारांकित हॉटेलमध्ये राहण्यासही नकार देतात, मात्र त्यांचे सहकारी त्यांचा हा सर्वसंगपरित्याग उत्साहानं 'शेअर' करत आहेत असं दिसतंय.

नंदन यांची स्वत:ची मिळकत इतकी आहे की, अर्थातच त्यांना पगाराशी काहीही देणंघेणं नाही. गेल्या चार वर्षांत त्यांच्या कुटुंबाला लाभांशाच्या स्वरूपात ६६ कोटी रुपये मिळाले आहेत, शिवाय दोन एडीआर प्रस्तावांद्वारे समभागांच्या विक्रीतून ३९२ कोटी रुपये मिळाले आहेत.

तुम्हाला पैशांबद्दल काय वाटतं?

"इट्स क्रेझी," ते हसतात, "इट्स अ जोक."

लोकांसाठी माहिती-तंत्रज्ञान

तर मग नंदन निलेकणींना जेव्हा या पैशाचं हसू येत नसतं तेव्हा ते या कोट्यवधी रुपयांचं काय करतात?

इन्फोसिसच्या अस्तित्वाचं सयुक्तिक कारण म्हणजे तिथे गोष्टी निराळ्या पद्धतीने केल्या जातात. मूर्ती यांचं यश हा भारतात प्रामाणिकपणे राहूनसुद्धा समृद्ध होता येतं याचा पुरावा मानतात. "होय, नक्कीच." साशंक प्राणी म्हणतात, "पण जर तुमचे सर्व ग्राहक म्हणजे परदेशी कंपन्या असतील, तुमचा एकही कारखाना नसेल, तुम्हाला उत्पादन वा विक्रीकर भरावा लागत नसेल व तुम्हाला कसलाही सरकारी परवाना लागत नसेल तर!")

मूर्तींनी खासगी क्षेत्रातील प्रशासनासाठी नवे मापदंड निर्माण केले आहेत आणि ते भारतीय मध्यमवर्गासाठी जणू 'मसीहा' बनले आहेत. सुशिक्षित भारतीय

व्यावसायिकाच्या मूल्यनिष्ठेमुळं आपल्याला जागतिक स्तरावर यश लाभेल, बनिया उद्योगपतींच्या 'लायसेन्स-परमिट राज' दरम्यान लाडावून ठेवलेल्या व जपलेल्या मूल्यांमुळं नव्हे, ही गोष्ट ते सोदाहरण सिद्ध करत आहेत.

नंदन यांचा 'इन्फोसिस'च्या परिघाबाहेरील समाजासाठी काही वेगळं करण्याचा निश्चय आहे. ते बेंगलोरमधील नागरी समस्या सोडवण्यासाठी बनवण्यात आलेल्या योजनेत सक्रिय सहभागी होते. त्यांनी कोणत्याही मोठ्या भारतीय शहराला मदत हवी असल्यास स्वखर्चानं तंत्रज्ञानविषयक साहाय्य पुरवायची तयारी दर्शविली आहे. ते दिल्लीला प्रशासनात अधिक पारदर्शकता आणण्यासाठी प्रणाली देऊ करत आहेत.

ते याविषयी बोलायला नाखूष असले तरी, तुम्ही तुमच्या पैशाचं काय करता या प्रश्नाला त्यांनी साधंसरळ उत्तर दिलं : मी यातले बहुतेकसे पैसे देऊन टाकतो. ते त्यांची पत्नी– रोहिणी– यांच्यासमवेत दरवर्षी कोट्यवधी रुपये परोपकारी उपक्रमांवर खर्च करतात. रोहिणींना 'इन्फोसिस'च्या एडीआर इश्यूद्वारे १०० कोटी रुपये मिळाले (त्या कंपनीच्या पहिल्या भागधारकांपैकी होत्या) तेव्हा त्यांनी ही रक्कम त्या चालवत असलेल्या शैक्षणिक प्रतिष्ठानात घातली.

नंदन याची दोन कारणं सांगतात. पहिलं म्हणजे, प्रचंड संपत्ती– प्रचंड जबाबदारी या संदर्भात. ते म्हणतात, मी सुयोग्य वेळी सुयोग्य स्थानी राहून पैसे कमवले. माझ्यापेक्षा जास्त हुशार असलेली व माझ्यापेक्षा कठोर परिश्रम करणारी माणसं आहेत. माझ्या संपत्तीत 'चांगली वेळ' या घटकाचाही वाटा आहे.

अशा परिस्थितीत ते ही संपत्ती पुन्हा समाजाला परत करण्याचे बंधन मानतात. केवळ नैतिकदृष्ट्या अत्यंत जरुरीचे म्हणून नव्हे तर व्यावहारिकदृष्ट्याही : भारतासारख्या गरीब देशात, एखाद्या व्यक्तीने इतके भरपूर पैसे कमवायचे आणि ते कुणालाही द्यायची इच्छा नसणं घृणास्पद ठरेल, असं त्यांना वाटतं.

दुसरं कारण यापेक्षाही अधिक व्यावहारिक आहे. "माझ्या आवडीनिवडी खरोखर फारशा महागड्या नाहीत. माझ्यापाशी माझ्या गरजेपेक्षा जास्त पैसे आहेत. माझी मुलं कंपनीत दाखल होणार नाहीत. आणि त्यांनी स्वत: स्वत:च्या पायांवर उभं राहावं ही मध्यमवर्गीय परंपरा मी मानतो.

ते क्षणभर स्तब्ध झाले.

"मग, मी या पैशाचं काय करणार आहे? मी मेल्यानंतर परोपकारासाठी पैसे मागं ठेवणार आहे? तसं असेल तर, मग मी जिवंत आहे तोवरच त्यांचा वापर काही सत्कार्यासाठी का करू नये?"

कल्पनेचा प्रसार

नंदन निलेकणींनी अलीकडं नवा दावा केला आहे. थॉमस फ्रिडमन या अमेरिकी पत्रकाराशी झालेल्या संभाषणादरम्यान त्यांनी म्हटलं आहे की, तंत्रज्ञानविषयक क्रांतीनं हे जग अधिक समान, अधिक समतल बनवलं आहे. फ्रिडमन यांनी 'द वर्ल्ड इज फ्लॅट' या त्यांच्या पुस्तकात नंदन यांच्या बऱ्याच कल्पना – त्यांना श्रेय देण्याची खबरदारी घेऊन – वापरल्या आहेत.

या पुस्तकाला विलक्षण यश लाभलं आहे. हे पुस्तक अमेरिकेतील सर्वाधिक खपाच्या पुस्तकांच्या यादीत वरच्या स्थानावर पोचलं. आजवर या पुस्तकाच्या ८ लाख प्रती खपल्या आहेत. अगदी या पुस्तकाचं शीर्षकसुद्धा नंदन यांच्या कल्पनेवर आधारित आहे.

मी त्यांना विचारलं की, ''ज्या अमेरिकन लोकांनी कधी तुमच्याविषयी किंवा इन्फोसिसविषयी ऐकलंसुद्धा नव्हतं, त्या लोकांपर्यंत तुमच्या कल्पना पोहोचल्याचं पाहून तुम्हाला काय वाटतं?''

''ही फार सुखद भावना आहे. खरं तर सर्वोत्तम भावना,'' त्यांनी प्रामाणिकपणे सांगितलं.

''या गोष्टीचा मला खरोखर आनंद वाटतो. 'इन्फोसिस' काय होती? ती होती एक कल्पना. आम्ही आमच्या यशाचं श्रेय कशाला द्यायचं? ते श्रमशक्तीला व यंत्रसामग्रीला नसून कल्पनांना आहे आणि आता मला असं जाणवतं की, माझ्या कल्पना मला कधी न भेटलेल्या माणसांवरसुद्धा प्रभाव टाकत आहेत. मला या गोष्टीचा आनंद होणार नाही का?''

मग यामध्ये काही बौद्धिक समाधान आहे का?

''होय, हे बौद्धिक समाधानच आहे.'' ते विचार थांबवून म्हणाले.

''पण त्या जोडीनं उत्कट झपाटलेपणही आहे. तुम्ही पहा, मी बदललो आहे. मी आता फक्त बौद्धिक राहिलो नाही, तर माझ्यात उत्कट झपाटलेपणही आलंय.''

नंदन निलेकणी स्वतःशीच मंद हसले.

जेननेक्स्ट आयकॉन

कुमार मंगलम बिर्ला

अध्यक्ष, आदित्य बिर्ला समूह

✦

या लेखात पुढे काही लिहिण्याआधी, मी एक गोष्ट स्पष्ट करतो. 'हिंदुस्तान टाइम्स' के. के. बिर्ला समूहाचा घटक आहे आणि कुमार मंगलम बिर्ला के. के. बिर्लांचे चुलत नातू आहेत. हे दोघेही आपापले व्यवसाय स्वतंत्रपणे चालवतात आणि 'हिंदुस्तान टाइम्स' ज्या पद्धतीनं चालवला जातो त्याच्याशी कुमार यांचा काहीही संबंध नाही. तरीही त्यांचे कौटुंबिक संबंध आहेतच, त्यामुळं मला वाटलं की याचा सरळ उल्लेख करून टाकणंच योग्य.

माझ्यापुरतं बोलायचं तर माझं त्यांच्याशी आणखी एक संबंधसूत्र आहे. कुमार व मी, आम्ही दोघंही पिलानीच्या 'बिर्ला इन्स्टिटयूट ऑफ टेक्नॉलॉजी ॲन्ड सायन्स' (BITS) या संस्थेच्या प्रशासन मंडळावर आहोत. माझी 'हिंदुस्तान टाइम्स' मध्ये नेमणूक होण्याआधी व कुमार या संस्थेचे प्रशासक बनण्याआधीच मला या मंडळावर पाचारण करण्यात आलं होतं. आम्ही दोघंही या मंडळात आहोत.

'बिट्स'च्या सूत्राचं महत्त्व असं की, त्यामुळं मला लोक कुमार यांच्याकडं कोणत्या नजरेनं पाहतात, ते पाहण्याची संधी लाभली. काही वर्षांपूर्वी ते मंडळाच्या बैठकीला आले होते, त्या वेळी मी त्यांना पहिल्यांदा भेटलो. (बऱ्याच वर्षांपूर्वी मी

> "...'ब्रँड' म्हणजे कुणी एक व्यक्ती नव्हे.
> तो जो काही आहे, तो आम्ही निर्माण केलेल्या
> 'टीम'ला मानाचा मुजरा आहे..."

त्यांची दूरचित्रवाणीवर मुलाखतही घेतली होती.) पण त्या बैठकीला उपस्थित असलेल्या इतर लोकांनी म्हणजे शिक्षक, माजी विद्यार्थ्यांनी वगैरे त्यांना यापूर्वी कधी पाहिलं नव्हतं.

अध्यक्षांनी त्यांची नवे प्रशासक म्हणून ओळख करून देताच, काही माजी विद्यार्थिनी श्वास रोखून पाहत राहिल्या होत्या आणि त्यांचे चीत्कार ऐकू येण्याएवढे होते.

"हे कुमार बिर्ला आहेत?" कुणीतरी विचारलं आणि त्यानंतर, त्यांच्याशी हस्तांदोलन करण्यासाठी लोकांनी रांग लावली.

या बैठकीनंतर दोन वर्षांनी, मी मुंबईत त्यांना या मुलाखतीसाठी भेटलो, तेव्हा त्यांना बिट्समधल्या लोकांच्या वागण्याची आठवण करून दिली. त्या प्रतिक्रियेचं त्यांना आश्चर्य वाटलं होतं की शरमल्यासारखं झालं होतं की ते सुखावले होते? कारण, अशा प्रकारचा प्रतिसाद मिळणारे उद्योगपती फारसे नाहीत.

त्या वेळी कुमार किती सलज्ज दिसत होते, ते आता मला आठवत नाही, पण आत्ता मात्र ते लाजून लालबुंद झाले होते आणि संकोचले होते हे नक्की!

"कमॉन, तसं काही नव्हतं," त्यांनी दुबळा विरोध नोंदवला.

पण खरंच तसंच होतं.

मी त्यांना म्हणालो, "मला तो प्रसंग चांगला आठवतोय."

शिवाय, तुम्ही व्यवस्थापन शिक्षण संस्थांमधल्या समारंभात व्याख्यानासाठी जाता तेव्हा तिथं तुम्हाला विद्यार्थ्यांना डझनावारी स्वाक्षऱ्या व छायाचित्रांसाठी पोजेस द्याव्या लागतात, हे खरं नाही का?

आता मात्र कुमार बिर्ला अगदीच अवघडल्यासारखे दिसत होते.

अखेर, त्यांनी याबद्दल सांगितलं की, "मला बिट्समधला प्रसंग आठवत नाही, पण मला वाटतं की, व्यवस्थापनाचे विद्यार्थी व तरुण व्यवस्थापक बहुधा माझ्याकडं थोड्या आदरानं पाहतात, पण त्यापेक्षा मोठ्या परिघातील जगात, मी कुणी खास व्यक्ती आहे असं मला वाटत नाही. कुणी मला ओळखत असेल असंसुद्धा वाटत नाही. मला वाटतं मी अगदी अनाम व्यक्ती आहे."

ओह, रिअली?

उत्कट भावनेची प्रेरणा

मी कित्येक वर्षांपूर्वी स्टार टीव्हीसाठी कुमार यांची मुलाखत घेतली होती, त्या वेळी ते सुप्रसिद्धच होते. शिवाय ते सिमी गरेवालच्या 'रॉन्देव्हू विथ सिमी गरेवाल' या कार्यक्रमातही दिसले होते व उद्योगक्षेत्राशी संबंधित नसलेल्या प्रेसनंही त्यांच्यावर

बरंच लिहिलं आहे.

इतकं असूनही त्यांचं वेगळेपण विलक्षणच होतं. आम्ही पहिल्या भागाचं चित्रीकरण करण्याआधी पंधरा मिनिटं ते सतत म्हणत होते की, "मला विचारण्याजोगं काय आहे?"

त्यानंतर पहिल्या 'ब्रेक'च्या दरम्यान, ते वैतागलेले दिसत होते.

"हे किती कंटाळवाणं आहे." ते म्हणाले.

पण मी चिकाटीनं पिच्छा पुरवला आणि ती मुलाखत पूर्ण केली.

अखेर मी म्हणालो, "हे काही इतकं वाईट नव्हतं."

"वेल, मला हे फार कंटाळवाणं वाटलं," ते म्हणाले, "आपण हे पुन्हा घेऊ शकतो का?"

आणि अशा प्रकारे आम्ही पहिल्या दोन भागांचं पुनर्चित्रीकरण केलं.

पहिल्या वेळच्या चित्रीकरणात व नंतरच्या चित्रीकरणात फारसा फरक होता असं मला वाटलं नाही, पण कुमारना मात्र, दुसऱ्या वेळी आपण अधिक मोकळे झालो होतो असं वाटलं. तरीसुद्धा, ती मुलाखत पूर्ण झाल्यानंतर ते पुन्हा मूळपदावर येऊन "मला कळत नाही, तुम्ही माझी मुलाखत का घेत आहात? तुमचे निमंत्रित नेहमी इंटरेस्टिंग असतात. माझ्याजवळ खरंच सांगण्याजोगं काहीही नाही," अशासारखी वाक्यं म्हणतच होते.

मी त्यांना त्या चित्रीकरण-पुनर्चित्रीकरण अध्यायाची आठवण करून देत विचारलं, "तुम्हाला अजूनही वाटतं की तुम्ही कंटाळवाणे आहात?"

"नाही, मी कंटाळवाणा आहे असं मला वाटत नाही," ते आश्चर्यकारक ठामपणे म्हणाले, "मी जराही कंटाळवाणा आहे असं मला वाटत नाही."

याचा अर्थ, दरम्यानच्या काळात ते अधिक इंटरेस्टिंग बनले असा आहे? का, त्यांचा केवळ आत्मविश्वास दुणावला आहे, असं म्हणायचं?

तसं दिसत नाही.

"मी कंटाळवाणा होतो असं मला कधीही वाटलं नाही," ते म्हणाले.

आणि पुनर्चित्रीकरणाबद्दल काय?

"लोकांना माझ्यात इंटरेस्ट वाटेल की नाही, याबाबत मला खात्री नव्हती.

तुम्हाला त्यात काय फरक समजायचाय तो समजा, पण काय कंटाळवाणं आहे व काय नाही, याबाबत कुमार यांची मतं स्पष्ट आहेत.

"मी मान्य करतो, की दूरचित्रवाणीवर माझ्यातलं जिवंत चैतन्य हरवून जात असे," त्यांनी कबूल केलं.

"पण मी जे काही करतो ते अगदी उत्कटपणे आणि उत्कट भावना कधीही

कंटाळवाणी असू शकते असं मला वाटत नाही. मला उत्कट भावनेनं झपाटलेला कुणीही माणूस – मग त्यानं त्या एका झपाटलेपणासाठी आयुष्य वाहिलं असलं तरी – अतिशय इंटरेस्टिंग वाटतो. मी स्वत:ला कंटाळवाणा समजतो असं तुमचं मत कसं काय बनलं त्यामुळं, ते मला कळत नाही.''

जेननेक्स्ट आयकॉन

कुमार बिर्ला उद्योगपती म्हणून मध्यम दर्जाचे असते तरी ते भारतीय उद्योगांतले एक मातब्बर तडाखेबाज खेळाडू म्हणूनच गणले गेले असते. त्यांचे पिता – आदित्य बिर्ला त्यांच्या पिढीतले सर्वांत थोर उद्योगपती म्हणता येतील. या खऱ्याखुऱ्या द्रष्ट्या माणसाजवळ आपल्या समूहाचं व्यावसायिकीकरण करण्याची व परदेशात संधी हेरण्याची दूरदृष्टी व सूज्ञता होती. १९९५ साली आदित्य बिर्लांचं निधन झालं त्या वेळी त्यांचा समूह ८,००० कोटी रुपयांवर जाऊन पोचला होता. कुमार जर वडिलांनी त्यांच्यासाठी मागं ठेवलेला उद्योग सांभाळण्यातच संतुष्ट राहिले असते, आणि त्यांनी नवे प्रकल्प अथवा प्रकल्प संपादन यांकडं लक्ष पुरवलं नसतं, तरी ते सामान्य वृद्धीच्या बळावर सुमारे १२,००० कोटी रुपयांच्या समूहाच्या प्रमुखपदी विराजमान झालेच असते. आणि देशातील एक आघाडीचे उद्योगपती म्हणून गणले गेलेच असते.

मात्र, कुमार केवळ वारशानं मिळालेला उद्योग सांभाळण्यातच संतुष्ट राहिले नाहीत. त्यांनी त्यांच्या पित्याच्या साम्राज्याचा चेहरामोहरा पालटून टाकला, त्यांनी या साम्राज्यातील अनेक व्यावसायिक प्रथा-परंपरा पूर्ण बदलल्या आणि आज त्यांच्या समूहाचे 'मार्केट कॅप' ३४,००० कोटी रुपयांहून अधिक आहे.

आणि कुमार अवघे अडतीस वर्षांचे आहेत.

कुमार पन्नाशीचे होतील त्या वेळी त्यांचा समूह केवढा मोठा बनला असेल याचा अंदाज, माझ्या माहितीतल्या कुणालाही बांधायचा नाहीये. तथापि, मी ज्यांच्या ज्यांच्याशी बोलतो, त्या प्रत्येकाला एका गोष्टीची निर्विवाद खात्री आहे की : त्यांच्या आधीच्या पिढीत त्यांचे वडील जसे होते, तसेच कुमार त्यांच्या पिढीतले लक्षणीय उद्योगपती आहेत.

परिवर्तनाचे वारे

असं घडायला नको होतं, पण १९९५ साली आदित्य बिर्लांचं वयाच्या बावन्नाव्या वर्षी निधन झालं. त्या वेळी बऱ्याच लोकांना काळजी वाटत होती की, हे साम्राज्य त्यांच्या कुशल स्पर्शाविना कसं काय टिकून राहणार?

त्या वेळी कुमार फक्त अठ्ठावीस वर्षांचे होते. ते भारतातील सर्वांत महान

उद्योगपतीची जागा घेण्याच्या दृष्टीने फारच लहान आहेत असा एकंदरीत मतप्रवाह होता. शिवाय, आदित्य बिर्लांच्या व्यक्तिमत्त्वाची जादू विलक्षण होती. त्यांचे अनेक वरिष्ठ व्यवस्थापक त्यांच्या स्मृतींशी भावनिकदृष्ट्या घट्ट बांधलेले होते.

"मला आठवतं, पहिल्या काही महिन्यांत एखाद्या बैठकीच्या वेळी जेव्हा कुणीतरी माझ्या वडिलांचा उल्लेख करायचं, त्या वेळी आमच्या वरिष्ठ कार्यकारी अधिकाऱ्यांना रडू कोसळायचं आणि ते अश्रू रोखत बैठकीतून बाहेर जायचे." कुमार सांगत होते.

यातले बरेच कार्यकारी अधिकारी कुमारना त्यांच्या बालपणापासून ओळखत होते, त्यामुळं कुमारना त्यांना काय करायचं हे सांगताना किंवा त्यांच्या कामगिरीबद्दल त्यांना जबाबदार धरताना अवघडल्यासारखं वाटायचं. त्यातच भरीला त्यांना बदलाच्या वाऱ्याची चाहूल लागली होती. भारत प्रचंड वेगानं बदलतोय आणि ही गोष्ट बऱ्याचशा लोकांना अजून समजलेलीच नाही, हे त्यांनी जाणलं होतं. १९९१ साली मनमोहन सिंग यांनी उदारीकरणाची प्रक्रिया सुरू केली आणि बिर्लांसारखी अनेक पारंपरिक कुटुंबं ज्या जुन्या सुखकर ठाम गृहितांवर वाढली होती, त्यांपैकी बरीचशी गृहितं नष्ट होऊ लागली होती.

"आम्ही परिवर्तन घडवण्याची गरज आहे हे मी ओळखलं होतं," कुमार आठवणीत डोकावत म्हणाले, "पण केवळ वरवर दिखाऊ परिवर्तन नव्हे तर, आमच्या कार्यपद्धतीत मूलभूत परिवर्तन घडवण्याची गरज होती. माझ्या मनात फक्त एकच प्रश्न होता : केव्हा? मला जे परिवर्तन घडणं आवश्यक वाटत होतं ते घडवण्यासाठी थांबायची गरज आहे का, हे कळत नव्हतं. ती 'वेळ' काळजीपूर्वक ठरवणं आवश्यक होतं."

अर्थातच, अखेर त्यांनी सुयोग्य वेळ शोधली. बिर्ला समूहात, एकदा तिथं लागलं की अखेरपर्यंत तिथंच राहायचं असं धोरण होतं. लोक क्वचितच निवृत्त होत असत आणि त्यांच्या मुलांना तिथंच नोकरी नक्की मिळणार असं गृहितच धरलं जात असे.

कुमारनी हे सगळं चित्र बदलून टाकलं.

"मला जाणवलं की, जर लोक कधी निवृत्तच झाले नाहीत, तर तरुण मुलांना पुढं यायला वावच राहणार नाही. त्यामुळं निवृत्ती योजना सुरू करणं महत्त्वाचं होतं." ते सांगत होते.

त्यामुळं वास्तवात, साठ वर्षे वयाच्या वरच्या ३५० कर्मचाऱ्यांना निवृत्ती स्वीकारावी लागली.

कर्मचाऱ्याच्या कुटुंबातील सदस्यांना नोकरीची हमी, याबाबत बोलताना कुमार म्हणाले की, "त्यामुळं काय होऊ लागलं की, एखाद्या कर्मचाऱ्याचा एखादा मुलगा

खूप हुशार असेल तर तो बहुराष्ट्रीय कंपनीत नोकरी धरत असे आणि दुसरा मुलगा, जो कुठंही फारशी काही चमक दाखवू शकलेला नाही, त्याला आमच्याकडं पाठवलं जात असे. त्यामुळं मी अशी योजना सुरू केली की, सध्या कामावर असलेल्या कर्मचाऱ्यांच्या कुटुंबातील सर्व सदस्यांचे अर्ज समाविष्ट करून घ्यायचे. यामुळं माझी लोकप्रियता फारशी वाढली नाही, पण मला वाटतं असं करणं आवश्यक होतं आणि मला वाटतं आता लोकांना हे धोरण अधिकाधिक स्वीकारार्ह वाटत आहे.''

माझे पिता, माझे आदर्श

आपला स्वत:चा नवा मार्ग आखण्यासाठी मोठी हिम्मत आवश्यक असते. जी. डी. बिर्लांनी ज्या पद्धती सुरू केल्या आणि बी. के. बिर्ला व आदित्य बिर्लांनी ज्या पुढं सुरू ठेवल्या, त्या पद्धतींविरुद्ध जाण्यासाठी धाडस असावं लागतं, नाही का?

''माझ्या कुटुंबाची एक गोष्ट मोठी इंटरेस्टिंग आहे,'' कुमार म्हणाले, ''ती म्हणजे – माझे वडीलधारे विशिष्ट मूल्यांबाबत अत्यंत जागरूक असायचे, मात्र त्यांनी आम्हाला व्यवसायाच्या संदर्भात स्वत:चे स्वत: निर्णय घेण्यासाठी कायम उत्तेजन दिलं.''

''कोणत्या प्रकारची मूल्यं?''

''साध्या साध्या गोष्टी. बिर्ला वक्तशीरपणाच्या बाबतीत अत्यंत दक्ष असतात. आम्ही डामडौल दाखवत नाही. आमच्यामध्ये कुटुंबभावना फार प्रबळ आहे. मला आठवतं, मी सुट्टीत नेहमी कोलकात्याला माझ्या आजी-आजोबांकडं जात असे. आम्हाला वडीलधाऱ्यांचा आदर करण्याची शिकवण दिली आहे. आमच्या कुटुंबात उत्तम शिष्टाचार व इतर लोकांप्रती आदर राखणं या गोष्टी अतिशय महत्त्वाच्या मानल्या जातात.''

''तुमचा जी.डी. बिर्लांशी किती संबंध आला?''

''ते गेले तेव्हा मी पंधरा वर्षांचा होतो, त्यामुळं माझ्या मनात त्यांच्या स्मृती अगदी स्पष्ट आहेत. माझ्या दृष्टीनं महत्त्वाच्या असणाऱ्या अगदी लहान-सहान गोष्टींत ते खूप रस घेत असत. जेव्हा माझी परीक्षा असायची, त्या वेळी ते कुठेही असले तरी, ते फोन करून परीक्षा कशी झाली याची चौकशी करत असत. कधी मी त्यांना सांगायचो की, आज रात्री मी बाहेर जाणार आहे त्यामुळं जेवायला घरी नाहीये, तर मी कुठं जाणार आहे हे त्यांना जाणून घ्यायचं असायचं. मग मी सांगायचो की, मी 'सरदार'मध्ये जाणार आहे, की ते विचारायचे, ते काय असतं? पावभाजी म्हणजे काय?... असं असायचं.''

"तुमच्या पित्याविषयी?"

"मी त्यांना आदर्श मानून त्यांची पूजा करत असे. ते अत्यंत बिझी असत. त्यांना खूप प्रवास करावा लागत असे. तरीसुद्धा मला त्यांची गरज असायची, तेव्हा ते माझ्यासाठी सदैव हजर असायचे. ते माझ्या शाळेतल्या प्रत्येक समारंभाला यायचे. ते कायम माझ्यासाठी वेळ काढायचे. त्यांना माझे मित्र कोण आहेत, ते ठाऊक असायचं; त्यांना मी काय करतोय ते ठाऊक असायचं. त्यांच्यापाशी लोकांना हाताळण्याचं विलक्षण कौशल्य होतं. त्यामुळं त्यांना माझ्यातील सर्वोत्तम गोष्टी कशा प्रकट करायच्या ते नेहमी माहीत असायचं. ते कठोरपणे वागले तरी ते युक्तीनेही वागायचे. ते कधीकधी दम भरायचे, गोड बोलून सांगायचे, मृदु व्हायचे... त्यांना मी ज्या मार्गाला प्रतिसाद देईन असं वाटायचं, त्यावर ते अवलंबून असायचं."

या वारशाचं पालन करण्याचा प्रचंड दबाव होता का?

"काही अर्थानं, मी लहानाचा मोठा झालो तेच 'प्रेशर-कुकर'सारख्या वातावरणात. माझी वडिलांशी खूप जवळीक होती. आम्हा दोघांमध्ये मजबूत भावबंध होते. तरीसुद्धा मला नेहमीच त्यांची भीती वाटायची. मात्र माझी संपूर्ण भिस्त त्यांच्यावर असायची. माझ्यासाठी अमूक एक गोष्ट योग्य आहे, असं त्यांना वाटत असेल तर मी नेहमीच ती गोष्ट करायचो. मला एक प्रसंग आठवतो, माझं आयसीएसइ पूर्ण झालं त्या वेळी त्यांनी मला फोन करून सांगितलं की, तू बी.कॉम. करत असताना त्या जोडीनं चार्टर्ड अकौंटन्सी करावंस. परीक्षा फक्त दोन आठवड्यांवर आली होती. माझ्या सगळ्या मित्रांनी मला वेड्यातच काढलं. पण मग मी फक्त अभ्यास, अभ्यास आणि अभ्यास केला. मी माझ्या वडिलांच्या मतावर विश्वास ठेवला आणि त्यांना कधीही नकार दिला नाही."

तुमच्या वडिलांच्या मनात सदैव तुमचा विचार असायचा ही गोष्ट तुम्हाला कधी जाणवलीय?

"नाही, तुम्हाला असं का वाटलं?"

त्यावर मी त्यांना एक प्रसंग सांगितला. १९८० साली (किंवा १९८१ साली असावं) मी आदित्य बिर्लांची मुलाखत घेतली होती, त्या वेळी ते कुमार यांच्या आजारपणाच्या काळाबद्दल फार भावपूर्ण बोलले होते. तेव्हा कुमार दहा वर्षांचे होते. त्यांच्या आजाराची चिन्हं चांगली नव्हती. त्यांना मेनिन्जाइटिस झाला होता, ते वाचतील की नाही याबद्दल डॉक्टर साशंक होते.

त्या वेळी आदित्य बिर्लांनी व्यवसाय अक्षरश: सोडूनच दिला होता. ते कार्यालयातही जात नव्हते. जवळजवळ दोन महिने ते आपल्या मुलाच्या बिछान्याशी बसून होते.

“मी स्वत:ला सांगितलं की, पैसा, व्यवसाय... कश्श्याकश्श्याची पर्वा करायची नाही, मला फक्त माझा मुलगा बरा व्हायला हवाय.” आदित्य बिर्लांनी त्या मुलाखतीत सांगितलं होतं.

त्या काळात मुलाच्या तब्येतीच्या काळजीचा विसर पडावा व मनाला थोडा आराम मिळावा म्हणून त्यांनी चित्रं रेखाटायलासुद्धा प्रारंभ केला होता.

कुमारना त्यांच्या आजारपणाचा काळ अगदी पुसटसा आठवतोय. ते म्हणाले की, मोठेपणी वडिलांकडून ऐकूनच मला त्याविषयी माहीत आहे. पण त्या वेळी त्यांना त्यांच्या आजाराचं गांभीर्य व त्यामुळं त्यांचं कुटुंब किती चिंतातूर होतं, ते समजत नव्हतं.

“मुलांचं कसं असतं तुम्हाला माहीत आहे,” कुमार हसून म्हणाले, “मला फक्त एवढंच आठवतंय की, त्या वेळी मी दोन महिने शाळा बुडवली होती.”

क्षणभर थांबून ते पुढं म्हणाले, “पण, तरीही मी त्या वर्षी वर्गात पहिला आलो होतो.”

नवा मार्ग आखणारे कुमार सांगत होते की, ते वयाच्या पंधराव्या वर्षी घरच्या उद्योगात काही प्रमाणात सहभागी झाले.

“मला वडिलांनी धडे दिले. मी बैठकांना हजर राहायचो आणि वडिलांना नंतर प्रश्न विचारायचो. पुढं मी ‘ग्रासिम’चा सिमेंट उद्योग सांभाळू लागलो आणि ‘इन्डो-गल्फ’मध्येही सहभागी झालो.

“मला नेहमी स्वतंत्र बनण्याची शिकवण देण्यात आली. माझे वडील, आजोबा व पणजोबा यांनी मला नेहमी एक गोष्ट स्पष्टपणे सांगितली की, जेव्हा व्यवसायाचा प्रश्न असेल तेव्हा तुझे निर्णय तू स्वतः घ्यायचेस व नंतर त्या निर्णयांची जबाबदारीही घ्यायचीस. माझ्यावर एखादी गोष्ट करण्याची कुणीही सक्ती केली नाही किंवा कुणीही माझ्या वतीनं निर्णय घेतले नाहीत. त्या वेळी हे सगळं कठीण वाटायचं, पण पुढं हेच सगळं मला खूप उपयोगी पडलं.”

वयाच्या अवघ्या बाविसाव्या वर्षी कुमार एमबीए करण्यासाठी लंडनला गेले. त्या वेळी त्यांच्या वर्गातली बहुतेकशी मंडळी एकोणतीस वर्षांची होती. हा अभ्यासक्रम पूर्ण करून ते मायदेशी परत आले तेव्हा त्यांच्यापाशी शिक्षणाचं अपूर्व संचित जमा होतं – चार्टर्ड अकौंटन्सीचा अभ्यास पूर्ण करून, त्यांनी वाणिज्य शाखेची पदवी मिळवली होती, शिवाय ते एमबीए झाले होते. या जोडीला त्यांना एका तज्ज्ञ व्यक्तीनं धडे दिले होते. ही व्यक्ती होती आदित्य बिर्ला.

कुमारना इतक्या लवकर ‘ड्रायव्हिंग सीट’वरच बसावं लागेल या गोष्टीची चाहूल कुणाला लागली होती का? माझ्या मनात प्रश्न होता.

“नाही. माझे वडील निधनाआधी साधारण दोन वर्षं आजारी होते, तेव्हा

आम्हाला ही गोष्ट समजली. आणि कुणीही शब्दांत काहीही म्हणालं नाही तरी मला वाटतं, जेव्हा त्यांच्या हे लक्षात आलं तेव्हा त्यांनी प्रत्येक गोष्टीत मला जलद गतीनं मार्गस्थ करण्यासाठी जाणीवपूर्वक प्रयत्न केले.'' कुमार म्हणाले.

''पण तुम्हाला सांगतो, ते खूप आजारी आहेत हे माहीत असूनही, ते आपल्याला सोडून जाण्याचा क्षण येईल असं मात्र मला कधी वाटलंसुद्धा नव्हतं.''

कधीच नाही? वडिलांना कर्करोग आहे हे माहीत असूनही?

''नाही, कधीही नाही. माझ्या वडिलांनी डोळे मिटले त्या दिवशी सकाळी मी त्यांना भेटलो. त्या वेळी माझ्या मनातसुद्धा आलं नव्हतं की, आजच्या दिवसाअखेर ते आपल्यात असणार नाहीत. माझ्या मनात हा विचार कधीच आला नव्हता.''

''पुढं, तुम्ही समूहाच्या कार्यपद्धतीत एवढे सगळे बदल करत होता, तेव्हा यावर आपल्या वडिलांची प्रतिक्रिया काय झाली असती हा विचार मनात आला का?''

''मला वाटतं, यातले बरेचसे बदल बदलत्या वातावरणाला प्रतिसादादाखल होते. पण, माझी जडणघडण कायमच स्वत:चे निर्णय स्वत: घ्यायचे या सूत्रानुसार झाली आहे. 'आत्ता माझ्या वडिलांनी काय केलं असतं?' असा विचार करण्याची मला कधी गरजच पडली नाही. मी त्यांना आदर्श मानून त्यांची पूजा करत असलो तरी आमची कार्यशैली निरनिराळी आहे.''

''उदाहरणार्थ?''

''मला वाटतं ते अधिक व्यवहारी होते. माझ्या कार्यशैलीनुसार मी लोकांना त्यांच्यावर सोपवलेलं काम करण्यासाठी कितीतरी जास्त स्वातंत्र्य देतो. ते जोपर्यंत फलनिष्पत्ती घडवत असतात, तोवर त्यात पडणं मला आवडत नाही. त्यांना जे करणं आवश्यक वाटतं ते करण्याचं स्वातंत्र्य त्यांना दिलं पाहिजे. त्यांना गरज असेल तर मी हजर आहे. मी त्यांना जबाबदार धरेन, पण मी विनाकारण हस्तक्षेप करणार नाही.''

''हा समूहाच्या दृष्टीनं प्रचंड मोठा बदल नव्हता का?''

''होय, हा प्रचंड मोठा बदल होताच. लोक म्हणायचे की, जेव्हा आदित्य बाबूंचा फोन यायचा तेव्हा फोनवर त्यांना उत्तर देताना संबंधित माणूस उठून उभा राहायचा. ते उभयपक्षी संपर्क व प्रेरणा जागवणं या बाबतीत महान होते. माझी कार्यशैली अधिक गटकेंद्रित आहे. मला लोकांच्या गटांना प्रेरणा देणं भावतं. माझ्या असं ध्यानात आलं आहे की, उद्योग-व्यवसायात कुणा एका व्यक्तीवर अवलंबून राहण्यापेक्षा संपूर्ण गटाला अधिकार बहाल करणं जास्त महत्त्वाचं असतं. त्यामुळं त्या अर्थानं, माझी कार्यपद्धती परंपरेच्या चौकटीत थोडी कमी बसते.''

यापूर्वी बिर्लांनी क्वचितच केल्या असतील अशा गोष्टी कुमारनी केल्या आहेत. त्यांनी कार्यपद्धतीत परिवर्तन घडवलं आहे. त्यांच्या कुटुंबाचा व्यवसाय व्यापारी मालावर आधारित असताना, कुमारनी ग्राहकोपयोगी उत्पादनांच्या क्षेत्रात प्रवेश केला.

"होय, हे खरं आहे. आमचं 'कमॉडिटिज सेक्टर'मध्ये अजूनही जबरदस्त अस्तित्व आहे आणि मी त्याबाबत अत्यंत समाधानी आहे. पण मी आमच्या समूहाकडं विभिन्न घटकांचा संचय म्हणून पाहतो. मध्यवर्ती क्षमतेवर माझा फारसा विश्वास नाही. मी विविध प्रकारच्या उद्योगांमध्ये सहभागी असण्यात अगदी खूष आहे. आम्ही त्या उद्योगांत आमचं स्थान वरचं राखू शकतो, याची मला खात्री आहे. त्यामुळं आता तुम्ही आमचा समूह म्यूच्युअल फंड्स, विमा व ब्रँडेड कपड्यांच्या क्षेत्रात उतरलेला पाहाल. वस्तुत: आम्ही ब्रँडेड कपड्यांच्या उद्योगात बाजारपेठेत आघाडीवर आहोत."

झपाटलेपण हीच गुरुकिल्ली

त्यांनी केलेली आणखी एक गोष्ट म्हणजे त्यांनी 'ब्रँड' मध्येच 'ब्रँड' निर्माण केला. टाटा व बिर्ला ही नावं प्रत्येक भारतीयानं ऐकलेली आहेत. मात्र टाटा आपली मूळ कीर्ती मजबूत करण्यातच संतुष्ट राहिलेले असताना, कुमारनी बिर्ला-प्रतिमेच्या परिघातच 'सब-ब्रँड' निर्माण केला. त्यांनी वेगळ्या 'लोगो'सह 'आदित्य बिर्ला समूहाची' निर्मिती केली.

मी त्यांना म्हणालो, बिर्ला म्हटलं की आता अनेक तरुणांना सूर्य आठवतो. हा संपूर्ण कौटुंबिक व्यवसायातील फक्त एका घटकाचा 'लोगो' आहे हे त्यांच्या लक्षात येत नाही.

या प्रक्रियेमध्ये, कुमार भारतातील सर्वांत आदरप्राप्त उद्योगपतींच्या पंक्तीत जाऊन बसले आहेत. ज्या काळात अनेक पारंपरिक बनिया कुटुंबं फारच जुन्या अर्थव्यवस्थेत गणली जात आहेत किंवा त्यांच्याकडं 'लायसेन्स-कोटा-परमिट राज'ची निर्मिती म्हणून पाहिलं जात आहे, त्याच काळात कुमारनी बिर्ला समूहाचं पुनरुज्जीवन केलं आहे. ज्या लोकांना जी.डी. बिर्ला व महात्मा गांधींच्या मैत्रीबद्दल माहीत नाही किंवा बिर्ला कुटुंबाची भारतीय स्वातंत्र्यसंग्रामातील भूमिका माहीत नाही, असे लोकसुद्धा कुमार बिर्लांकडं भारतीय उद्योगातील सर्वोत्तम गुणांचे सार म्हणून पाहतील.

कुमार या मताशी सहमत नाहीत. त्यांना त्यांच्या कुटुंबातील इतर कोणत्याही सदस्यापेक्षा काही निराळी वागणूक मिळते किंवा आता त्यांच्या आदित्य बिर्ला समूहाची एकात्मता व उत्कृष्टता यांबद्दल ख्याती पसरली आहे – ज्याच्याशी फक्त

टाटा व बेंगलोरच्या माहिती-तंत्रज्ञान कंपन्यांची बरोबरी होऊ शकते – असं वाटत नाही.

''मग तुम्ही 'सब-ब्रँड' का निर्माण केलात?'' मी प्रश्न केला.

''तो माझ्या आंतरिक गरजेतून निर्माण झाला. मला आमच्या समूहात काही विशिष्ट मूल्यं अंतर्भूत करायची होती. ती म्हणजे तरुणाई, चैतन्य, विश्वास, परंपरा, आधुनिकता, वृद्धी व गुणवत्ता. मी ही मूल्यं आत्मसात करण्यासाठी प्रयत्नांची पराकाष्ठा करतो. त्यामुळं ही मूल्यं समूहात अंतर्भूत करण्यासाठी मला काहीतरी मार्ग हवा होता.''

पण तरुणाई हा घटक हे तर तुमचंच योगदान आहे, निश्चितच! बिर्ला हा जुना उद्योगसमूह आहे. त्या 'ब्रँड इमेज'मध्ये तुम्ही तरुण घटक आहात.

''कदाचित तसं असेल. पण ब्रँड म्हणजे कुणी एक व्यक्ती नव्हे. तो जो काही आहे, तो आम्ही निर्माण केलेल्या 'टीम'ला मानाचा मुजरा आहे...''

आता ते पुन्हा विनम्र भाव धारण करायच्या बेतात आहेत हे लक्षात घेऊन मी त्यांना त्यांच्या नशिबाबद्दल विचारलं, ''समजा, तुमचं आडनाव बिर्ला नसतं; तुम्हाला ८००० कोटी रुपयांच्या साम्राज्याचा वारसा लाभला नसता तर त्या वेळी कुमार बिर्लांनी काय केलं असतं?''

''हेच केलं असतं. कदाचित त्या वेळी या सगळ्या फायद्यांविना केलं असतं, पण तरीसुद्धा मी उद्योजकच झालो असतो.''

''म्हणजे तुम्ही स्वत:ला या भूमिकेत मानता? उद्योगाचे कप्तान मानत नाही? तुम्ही स्वत:ला उत्तम व्यवस्थापक मानत नाही? फक्त एक साधा उद्योजक मानता?''

''हो. मी उद्योजकच आहे.''

''आणि तुम्हाला या भूमिकेत आनंद लाभतो?''

''हो. हेच माझं झपाटलेपण आहे. तेच माझं अवघं जीवन आहे.''

आणि अशा झपाटलेल्या उत्कट मनाच्या व्यक्तीबद्दल, ते कंटाळवाणं होण्याबाबत विचार करतात असं मानण्याची चूक मी कशी काय केली बरं?

'सिम-सिम' कथा

सुनील भारती मित्तल

अध्यक्ष व व्यवस्थापकीय संचालक, भारती समूह

◆

सुनील मित्तल यांच्या यशाबद्दल सांगताना जरासं उर दडपल्यासारखं होतं. मी त्यांना पहिल्यांदा भेटलो ते साधारण दशकभरापूर्वी. त्या वेळी ते चांगले यशस्वी होतेच. एअरटेलनं दिल्लीच्या वर्तुळात मोबाइल सेवेचा शुभारंभ केला होता. मित्तल बंधूंचा 'बीटेल' हा डिजिटल दूरध्वनी संचांचा ब्रँड होताच, त्यामुळं सुनील यांच्याजवळ यशाचा सर्व बाह्य साजही होता : त्यांनी कित्येक वर्षांपूर्वीच त्यांची पहिलीवहिली मर्सिडिज घेतली होती.

मात्र, आज सुनील ज्या स्थानावर पोचले आहेत, तिथंवर ते कधी पोचू शकतील असं वाटण्याजोगी त्यावेळची त्यांची परिस्थिती नव्हती, त्यावेळचं व्यावसायिक वातावरणही तसं घडेल असं वाटण्याजोगं नव्हतं. मला उपग्रहपूर्व काळातील वृत्तवाहिनीच्या दिवसांतील एक कार्यक्रम स्मरतो. दूरदर्शनवरील एका चर्चात्मक कार्यक्रमात आम्ही दूरसंचार क्षेत्रातील क्रांतीबद्दल चर्चा करत होतो. मी त्या कार्यक्रमात सरपरीक्षक होतो आणि सुनील निमंत्रित पाहुणे होते. ही गोष्ट आहे दूरध्वनी परवान्यांच्या दुसऱ्या फेरीनंतरची. त्या वेळी एअरटेलची अवस्था वाईट होती, त्यांना फक्त हिमाचल प्रदेशच मिळवता आला होता.

> "...मी माझ्या माणसांना सांगायचो की, आपल्याकडून जिंकण्याची अपेक्षा नाही, ही गोष्ट मी जाणतो. पण मी त्यांना हेही सांगायचो की, आपण जर प्रतिकूल परिस्थितीत जिंकू शकलो, तर आपण इतिहास घडवू."

त्या कार्यक्रमात इतरही बरेच निमंत्रित होते. त्यामध्ये माजी दूरसंचार सचिव होते, कार्यक्रमाचं मुख्य आकर्षण होते 'हिमाचल फ्यूचरिस्टिक'चे महेंद्र नाहटा. या नाहटांच्या कंपनीनं ('एचएफसीएल'नं) दूरसंचार मंत्री सुखराम यांच्या पाठबळावर अनेक परवाने खिशात टाकले होते तेव्हाची गोष्ट आहे. त्या वेळी बहुतेकसे लोक 'एचएफसीएल' या कंपनीकडं भारतीय दूरसंचार क्षेत्राचं भविष्य म्हणून पाहत होते.

मी नाहटांना प्रत्येक जण विचारत होता तोच प्रश्न विचारला : "तुम्ही तुमच्या 'बिड्स'मध्ये जी आकडेवारी मांडली आहेत, त्यात दूरसंचार क्षेत्रातून इतका प्रचंड नफा मिळवण्याची अपेक्षा तुम्ही कशाच्या बळावर करत आहात?"

नाहटांचं उत्तर आत्मविश्वासपूर्ण होतं, काहीसं गर्विष्ठसुद्धा. मात्र त्याच वेळी सुनील संयमीपणे बोलत होते.

मी त्यांना विचारलं की, "तुम्ही एचएफसीएलसारख्या कंपन्यांकडून हार का पत्करलीत?"

"माझ्याकडं पैसे नाहीत," ते हसून उत्तरले होते. मात्र, मी "नाहटांनी मांडलेल्या गोष्टी तुम्हाला योग्य वाटतात का?" असा प्रश्न विचारताच ते विषण्ण झाले होते.

आगामी वर्षांत दूरसंचार व्यवसायाला प्रचंड हादरे बसणार आहेत, असं ते शांतपणे म्हणाले होते.

त्यांच्या बहुतेकशा प्रतिस्पर्ध्यांच्या आशावादाशी ते सहमत नव्हते. ते ठामपणे म्हणाले होते की, 'देअर विल बी ब्लड ऑन द स्ट्रीट्स.'

त्यानंतरच्या दशकात काय घडलं ते सर्वांनाच माहीत आहे. हे 'रक्त' आपल्या महानगरांच्या रस्त्यारस्त्यांवरून भरभरून वाहिलं. सुखराम तुरुंगात गेले. नाहटांनी मांडलेल्या गोष्टी वास्तवापुढं नामोहरम झाल्या. आणि संधी मिळताच सुनील व एअरटेल यांनी 'वाहत्या' परवान्यांवर झडप घातली आणि ते सगळेच्या सगळे विकत घेतले.

आज एअरटेलचं राष्ट्रीय नेटवर्क आहे. त्यांचं जवळपास प्रत्येक मोठ्या विभागात अस्तित्व आहे. ही कंपनी भारतातील सर्वांत मोठ्या कंपन्यांमध्ये गणली जाते. या कंपनीचं 'मार्केट कॅपिटलायजेशन' ६०,००० कोटी रुपये आहे. कंपनीचा ३२ टक्के हिस्सा सुनील व त्यांचे भाऊ यांच्या मालकीचा आहे. त्यामुळं त्यांची मालमत्ता जवळपास २०,००० कोटी रुपयांची आहे.

आणि तरीसुद्धा, अजूनही ते दूरदर्शनच्या स्टुडिओत आले होते तसेच शांत-संयमी आहेत. ते गरीब किंवा अयशस्वी दिसत नाहीत, पण आपण दशकभरापूर्वी होतो त्यापेक्षा आता बरेच श्रीमंत आहोत अशी ऐट त्यांच्या वागण्यात अजिबात नाही. (बरेच श्रीमंत?... त्या काळी बहुधा त्यांची श्रीमंती १०० कोटी रुपयांपेक्षा

बरीच कमी होती... म्हणजे आताच्या २०,००० कोटी रुपयांपेक्षा तर कितीतरी खाली!) हे सगळं त्यांनी कसं साध्य केलं असेल? हे नेत्रदीपक यश ते कोणत्या शब्दांत मांडतात?

सुनील म्हणतात, खरं तर माझ्यापाशी याचं काहीही स्पष्टीकरण नाही. आणि त्यानंतर मग खरोखर उरात धडकी भरवणारं वाक्य येतं : ''मी फक्त एवढंच म्हणू शकतो की यामागं काहीतरी दैवी संकेत आहे. देवानं माझ्यासाठी काहीतरी योजलेलं आहे. मी फक्त त्याच्या योजनेनुसार वागतोय. आमच्या यशाबद्दल मी यापेक्षा काही वेगळा विचार करू शकत नाही.''

आम्ही त्यांना दूरसंचार क्षेत्राचे 'मसीहा' असं संबोधायचो तेव्हा त्याचा हा अर्थ आम्हाला कळला नव्हता.

श्रीमंतीच्या दिशेने

सुनील मित्तल यांची भरभराट कशी घडली याची ढोबळ रूपरेषा सुपरिचित आहे. ही कहाणी सुनील स्वत:च फार छान सांगतात. चार वर्षांपूर्वी ते माझ्या 'स्टार टॉक' या कार्यक्रमात आले होते. दूरचित्रवाहिन्यांवरून त्यांचे जे काही दीर्घ कार्यक्रम सादर झाले त्यापैकी हा एक कार्यक्रम होता आणि या कार्यक्रमातले जे काही सर्वोत्तम निमंत्रित ठरले आहेत, त्यापैकी सुनील एक आहेत. याचं कारण म्हणजे, त्यांनी एवढी मोठी झेप कशी घेतली याबद्दल ते अतिशय तळमळीनं व मनापासून बोलले होते.

त्या वेळी ज्यांची ही कहाणी ऐकण्याची संधी हुकली असेल त्यांना आता ही कहाणी ऐकता येईल. देशातील उद्योगक्षेत्राशी निगडीत असलेल्या प्रत्येक मासिकात ही कहाणी ठळकपणे प्रसिद्ध झाली आहे. तिचा सारांश असा :

सुनील यांचे पिता – सत्पाल मित्तल – लुधियानातील अत्यंत आदरप्राप्त व लोकप्रिय राजकारणी होते. त्यांना तीन मुलगे होते. ही तिन्ही मुलं उद्योगक्षेत्रात गेली (ते अजूनही एअरटेलचे भागीदार आहेत). मात्र, त्यापैकी सुनील सदैव 'स्टार' होते.

त्यांनी प्रारंभ केला तो अगदी लहान टप्प्यावरून, वय व भविष्याचं स्वप्न या दोन्हींसंदर्भात. त्यांनी वयाच्या एकोणिसाव्या वर्षी सटरफटर वस्तूंची आयात सुरू केली. त्यानंतर त्यांनी सायकलच्या सुट्या भागांच्या क्षेत्रात प्रवेश केला. त्यानंतर त्यांनी छोट्या प्रमाणावर एक प्रकल्प सुरू केला – स्टेनलेस स्टीलच्या पत्र्यांचं उत्पादन करण्याचा. या उद्योगानं त्यांना लुधियानाच्या परिघाबाहेर काढून मुंबईला आणलं. ते मुंबईत हे उत्पादन विकत असत. पायधुणी व अब्दुल रेहमान स्ट्रीटवरील छोट्या दुकानांमधल्या बुटक्या स्टुलांवर बसून व्यापाऱ्यांना हे पत्रे विकत घेण्यास पटवण्याचा प्रयत्न करण्याच्या काळातल्या स्मृती आजही त्यांच्या मनात ताज्या आहेत.

मुंबईतील अनुभवानं त्यांना दोन गोष्टी शिकवल्या. पहिली गोष्ट म्हणजे, आपण उपजत विक्रेता आहोत आणि दुसरी म्हणजे आपण लुधियानाबाहेर पडलं पाहिजे. जोपर्यंत मित्तल कुटुंब पंजाबमध्ये वास्तव्य करून राहील, तोवर ते लहानच राहणार होते. सुनीलनी प्रत्यक्ष कृती घडते त्याच्या समीप राहण्यासाठी व भव्यदिव्य विचार करायला शिकण्यासाठी मोठ्या शहरात जाणं आवश्यक होतं.

१९७९ साली सुनील दिल्लीत आले. त्यांच्या वडिलांना खासदार म्हणून दिल्लीत छोटी सदनिका मिळाली होती. तिथं ते राहू लागले. ज्या काळी प्रत्येक जण निर्यातदार होण्याचं स्वप्न पाहत होता, त्या वेळी सुनीलनी वेगळी वाट चोखाळली, ते आयात क्षेत्रात उतरले. त्यांनी पोलाद व झिप फासनर्सच्या (म्हणजे उघडझाप करणाऱ्या सरकत्या साखळ्या) आयातीमध्ये प्रचंड नफा कमवला. त्यानंतर एके दिवशी त्यांना राजधानीतल्या बंगाली मार्केटमध्ये एक टेकीला आलेला जपानी विक्रेता भेटला.

तो विक्रेता सुझुकी कंपनीत काम करत होता. कंपनीच्या जनित्रांसाठी 'डीलर' शोधण्यासाठी त्याला भारतात पाठवण्यात आलं होतं. जगभरात इतरत्र जनित्रांचा वापर जत्रा, मेळे, खुल्या जागेतील प्रदर्शने, हॉट-डॉग स्टँड्सना वीजपुरवठा करण्यासाठी जशा प्रकारे केला जातो, तसाच तो भारतीय बाजारातही केला जाईल अशी सुझुकीची अपेक्षा होती. सुनीलही हे चांगलंच जाणून होते. आपल्या देशासारख्या, जिथं सदैव वीजेची कमतरता भासते अशा ठिकाणी आपल्याला घरोघरी जनित्रं विकता येऊ शकतील ही गोष्ट ते ओळखून होते कारण विद्युतपुरवठा खंडित होतो त्या वेळी लोकांना काहीतरी पर्याय हवा होता.

सुझुकीच्या विक्रेत्याला त्यांची 'डीलर' म्हणून नेमणूक करताना खात्री पटवून द्यावी लागली, पण सुनीलनी या उद्योगात प्रवेश केल्यानंतर त्यांनी लगेचच ग्राहक 'जेनसेट' मार्केट निर्माण केलं आणि अल्पावधीतच ते संपूर्ण जगात सुझुकी जनित्रांचे सर्वांत मोठे आयातदार बनले.

आता ते म्हणतात की, हा अनुभव म्हणजे माझ्या आयुष्यातलं एक मोठं वळण होतं. यामुळं ते परदेशी लोकांशी व्यवसाय करायला शिकले आणि त्यांनी ब्रँडेड उत्पादनांच्या क्षेत्रात प्रवेश केला.

१९८० च्या दशकाच्या प्रारंभीच सुनील कोट्यधीश बनले. जनित्रांचा व्यवसाय चांगलाच बहरत होता. त्यांच्या अंगी व्यापारकौशल्य होतं. त्यांनी मालमत्ता विकसना-द्वारेही बराच पैसा कमवला. त्यांच्या क्षेत्रावर बलाढ्य असामींची लोभी नजर पडणं अपरिहार्यच होतं. १९८३ साली बिर्ला व श्रीराम या समूहांना भारतात जनित्र-उत्पादन करण्याचे परवाने मिळाले. या विकसनशील उद्योगाचं रक्षण करण्यासाठी सरकारनं तत्परतेनं सर्व जनित्रांच्या आयातीवर बंदी घातली.

सुनील या उद्योगातून बाहेर फेकले गेले.

मग त्यांनी उत्पन्नाचे पर्यायी स्रोत शोधण्यासाठी धडपड केली. सुझुकी कंपनीनं त्यांच्या या बिकट अवस्थेत सहानुभूती दर्शवत, नव्यानं आलेल्या मारुती सुझुकी कारचे डीलर म्हणून त्यांची नेमणूक करावी अशी शिफारस केली.

सुनील यासंबंधी सांगत होते की, "बाकीचे सर्व डीलर्स राजकीय वजनाच्या जोरावर नेमले गेले होते. मला डीलरशीप द्यावी अशी सुझुकीनं एकमात्र विनंती केली होती. तरीसुद्धा त्यांनी मला डीलरशिप नाकारली आणि ती दुसऱ्या कुणालातरी दिली."

"तुमच्या मनात डीलरशीप मिळवण्यात अपयशी ठरल्याचा कडवटपणा आहे का?"

"नाही, अजिबात नाही. त्या काळी मारुती डीलरशिपमध्ये खूप पैसा होता. त्यांनी मला डीलर केलं असतं तर मी चांगला श्रीमंत बनून आरामात राहिलो असतो. पण आता मागं वळून बघताना मला वाटतं की, ही परमेश्वराचीच आखणी होती की, मला फार आरामदायीपण मिळू नये. त्यानं माझ्यासाठी काही निराळ्याच योजना आखल्या होत्या."

नक्कीच, परमेश्वराचा तसा विचार होताच!

'बिग ब्रेक'

त्यानंतर सुनील नव्या व्यवसाय संधीच्या शोधात होते. त्यांच्या या शोधाची अखेर तैवानमध्ये झाली. तिथं त्यांनी पुश-बटन फोन पाहिला. त्यांनी या उद्योगातच भविष्य घडवायचं ठरवून या फोनच्या उत्पादनासाठी त्याचे सुटे भाग आयात करायला प्रारंभ केला; माझ्या माहितीप्रमाणे ही आयात संपूर्णत: बेकायदेशीर होती. त्यांनी हे उत्पादन भारतीय बाजारपेठेत आणलं. त्यासाठी त्यांनी 'मितब्राऊ' (Mitbrau) हे 'ब्रँड नेम' घेतलं.

"हे जर्मन नाव वाटतंय." मी म्हणालो.

"बरोबर, त्यामागं हीच कल्पना होती." ते स्पष्ट करत म्हणाले, "खरं तर त्याचा अर्थ होता 'मित्तल ब्रदर्स' पण मला हे नाव परदेशी 'ब्रँड नेम' सारखं वाटायला हवं होतं कारण, भारतीय ग्राहकाला देशी ब्रँड्स आवडत नाहीत ही गोष्ट मला कळून चुकली आहे."

सुदैवानं सरकारनं दूरसंचार बाजारपेठ खुली केली आणि दूरध्वनी संच व हँडसेट्सचं उत्पादन करण्यासाठी ज्या बावन्न उद्योगांची निवड केली, त्यामध्ये मित्तल बंधूंचा समावेश होता. त्यांनी 'बीटेल' या 'ब्रँड नेम'द्वारे जवळपास २५ कोटी रुपयांची विक्री करून उत्तम व्यवसाय केला – त्या काळी ही रक्कम प्रचंड होती

– पण सुनील समाधानी नव्हते. आता ते आलिशान घर, मर्सिडीज यांच्यापलीकडं पाहू शकत होते. आत्ता आपण कितीही आरामात असलो तरीसुद्धा, अजूनही मित्तल 'बिग-टाइम'च्या फार मागं आहेत ही गोष्ट त्यांनी जाणली होती.

त्यानंतर १९९२ साली सरकारनं मोबाइल टेलिफोनीसाठी 'बिड्स' मागवले तेव्हा 'बिग ब्रेक' चालून आला. सुनील नववर्षाच्या स्वागतासाठी सुट्टी घेऊन गोव्याला गेले होते. तिथं 'इकॉनॉमिक टाइम्स' मध्ये त्यांनी याविषयी वाचलं आणि यासाठी बोली लावायचं ठरवलं. दुर्दैवानं, त्याच दरम्यान त्यांच्या वडिलांचं निधन झालं. या दु:खानं काळीज विदीर्ण झालेलं असूनसुद्धा त्यांनी कौटुंबिक उद्योगातून सहा महिने रजा घेतली आणि मोबाइल टेलिफोनीसाठी योजना आखली.

लोकांना आता विस्मरण झालं असेल, पण भारत सरकारनं सर्वप्रथम दूरसंचार क्षेत्र खुलं केलं तेव्हा जगातले दूरसंचार क्षेत्रातले जवळपास सगळे खेळाडू रांग लावून हजर होते. या अनुभवी, बहुराष्ट्रीय खेळाडूंमध्ये मित्तल अडाणी, क्षुल्लक भासत होते. पण सुनीलना खात्री होती की, आपण या परदेशी खेळाडूंशी सहकार्यपूर्ण राहून, योग्य 'बिड' देऊ शकतो.

यात अडचण अशी होती की, त्यांच्याकडं फारसे पैसे नव्हते आणि नावलौकिक या संदर्भातही त्यांची बाजू फारशी भक्कम नक्कीच नव्हती. तरीसुद्धा त्यांनी जे काही मिळवलं तो त्यांचा व्यक्तिगत करिष्मा होता. त्यांच्यात लोकांना जिंकण्याचं अपूर्व कौशल्य आहे. तुम्ही त्यांना यासंबंधी अधिक टोकलंत तर ते कबूल करतील की, त्यांच्या या अपूर्व खासियतीमध्ये लोकांना एखादी गोष्ट पटवून देण्याचाही समावेश आहे. केवळ त्यांच्या व्यक्तिमत्त्वाच्या प्रभावामुळं लोक आधी ठरवलेली योजना रद्द करून, सुनीलनी पटवून दिल्याप्रमाणे पाऊल पुढं टाकतात.

उदाहरणादाखल सांगायचं तर त्यांनी फक्त एका भेटीनंतर 'विवेन्डी'ला आपल्यासोबत खेचून आणलं. पुढं, करारावर स्वाक्षऱ्या झाल्यानंतर या कंपनीनं मित्तल नक्की कोण आहेत हे पाहायला त्यांची एक टीम भारतात पाठवली. या टीमनं परत गेल्यावर अहवाल दिला की मित्तल 'स्मॉल-टायमर्स' आहेत आणि ते तसेच राहण्याचा संभव अधिक आहे. 'बिड' दाखल करण्याच्या अवघे काही दिवस आधी विवेन्डीनं पाय मागं घेतला.

त्या वेळी सुनीलनी पॅरिसला या कंपनीत फोन केला.

"हे पहा," ते म्हणाले, "तुम्ही माझ्यासोबत व्यवहार करण्याचं मान्य केलंत, ते तुम्हाला काहीतरी वाटलं होतं म्हणूनच. तेव्हा तुम्ही माझ्यात काहीतरी पाहिलं होतं. हेच 'काहीतरी' आठवून बघा. तुमच्या टीमनं तुम्हाला जे सांगितलंय ते विसरून तुमच्या आतल्या आवाजानुसार निर्णय घ्या."

अखेर, प्रतिकूल परिस्थितीतसुद्धा 'विवेन्डी' त्यांच्यासोबतच राहिली.

जेव्हा बिड्स संदर्भातला निर्णय आला तेव्हा एअरटेलला सर्वच्या सर्व चार विभाग (Circles) मिळाले होते. पण त्यानंतर सरकारनं ताबडतोब एक नवा नियम जाहीर केला : एक कंपनी, एक विभाग (Circles) त्यामुळं सुनील यांच्याजवळ दिल्लीच्या दोन परवान्यांपैकी एकच परवाना उरला.

गतस्मृतींत डोकावत सुनील सांगतात, "याचा अर्थ आम्ही फक्त एका विभागानिशी (Circles) प्रारंभ करायचा असा होता."

ते मोबाइल फोन उद्योग उभारणीसाठी आवश्यक असणाऱ्या कामाचा आवाका ओळखण्यात कमी पडले ही गोष्ट स्पष्ट होती आणि खुद्द दिल्लीमध्येही हे काम त्यांच्या आवाक्यापेक्षा जास्तच होतं.

एअरटेलनं दिल्लीत चांगली कामगिरी बजावली, मात्र दुसऱ्या फेरीतील परवान्यांमध्ये या कंपनीला फक्त हिमाचल प्रदेश मिळाला. या व्यवसायाच्या मैदानात अद्यापही बहुराष्ट्रीय कंपन्या होत्या आणि एचएफसीएलसारख्या खेळाडूंचाही उदय होत होता. अशा वेळी एक कुटुंब-संचलित, एकमेव विभाग (Circles) मिळालेली कंपनी तग धरून राहू शकेल का याविषयी शंका व्यक्त होत होती.

मी त्याच दरम्यान सुनील यांच्यासोबत दूरदर्शनवरील त्या चर्चात्मक कार्यक्रमाचं चित्रीकरण केलं होतं. मी त्यांना त्याविषयी विचारताच त्यांनी तो कार्यक्रम नीट आठवत असल्याचं सांगितलं. ते म्हणाले की, माझी विनम्रता खरीखुरी होती.

"मी कित्येक दिवस आम्ही त्या बिडमधून बाहेर कसे फेकलो गेलो हे जाणून घेण्याचा प्रयत्न करत होतो. ज्यांची बोली मान्य झाली आहे ते प्रत्यक्षात काम कसं करणार आहेत ते मला समजत नव्हतं. मी तुम्हाला म्हणालो होतो की, देअर वुड बी ब्लड इन द स्ट्रीट्स... त्या वेळी मी वास्तववादी विचार केला होता. त्या वेळी मला एवढंच माहीत होतं की, आपण फक्त चिकाटीनं वाट पाहायची आहे."

सर्वांत मोठं आव्हान तर अजून पुढंच होतं.

खडतर काळ

१९९९ साली मोबाइल टेलिफोन उद्योग वाईट अवस्थेत होता. ऑपरेटर्स सरकारला कबूल केल्याप्रमाणं प्रचंड परवाना शुल्क भरू शकत नव्हते. अखेर, त्यासाठी नवं समीकरण मांडण्यात आलं. या उद्योगाचं 'रेव्हिन्यू-शेअरिंग मॉडेल'मध्ये रूपांतर करण्याचं ठरलं. पण त्याआधी सरकारनं या मंडळींना सर्व देय शुल्क भरण्यास सांगितलं.

सुनीलनी असं घडणार याचा अंदाज बांधला होता. एअरटेलनं त्यांच्या बँकांशी बोलणी करून, या मोहिमेसाठी ठोस आर्थिक पाठबळ उभं केलं होतं. ज्या वेळी

बहुसंख्य ऑपरेटर्सना देय शुल्क अदा करणं जमलं नाही, त्या वेळी सुनीलनी एकदम झडप घालून परवाने मिळवले. त्यांनी एका दमात आंध्र, कर्नाटक, चेन्नई व पंजाब हे विभाग मिळवले. त्यानंतर त्यांनी कोलकत्याची 'मोदीस' (Modis) विकत घेतली. या प्रक्रियेत, त्यांच्याकडे भारतातील मुंबई वगळता जवळपास प्रत्येक प्रमुख शहर आलं होतं.

सरकारनं परवान्यांच्या चौथ्या फेरीची बिड्स जाहीर केली तेव्हा ही उणीवही दूर झाली. एअरटेलला आठ नवे विभाग (Circles) मिळाले : गुजरात, मध्यप्रदेश, तामिळनाडू, केरळ, महाराष्ट्र, पश्चिमी उत्तर प्रदेश व मुंबई. पाच वर्षांच्या काळात सुनीलनी प्रचंड झेप घेतली. एकेकाळी एचएफसीएलकडून मात खाणारे सुनील 'भारताचे मोबाइल सम्राट' बनले.

पण जनित्र व्यवसायातील अनुभवाची पुनरावृत्ती घडू पाहत होती : बलाढ्य मातब्बरांना या व्यवसायात त्यांचा हिस्सा हवा होता.

जेव्हा अंबानींनी सीडीएमए तंत्रज्ञानासह मोबाइल टेलिफोन क्षेत्रात उतरत असल्याचं जाहीर केलं (हे तंत्रज्ञान सुनील यांच्या जीएसएम फोन्सपेक्षा भिन्न होतं.) तेव्हा एअरटेल अडचणीत आली अशी सर्वसामान्य धारणा होती. अंबानी बलाढ्य होते, चतुर-चलाख होते. त्यांना कोणत्याही क्षेत्रात कधीही अपयश आलेलं नव्हतं. शिवाय त्यांना भारत सरकारची साथ होती, कोणताही पक्ष सत्तेवर असला तरी त्यांना त्याचं सुरक्षा कवच होतं.

रिलायन्सचा या क्षेत्रातील नुसता प्रवेश धडकी भरवण्यास पुरेसा नव्हता म्हणून की काय, सरकारी धोरणं सीडीएमए ऑपरेटर्सना अनुकूल बनवण्यात आली. सीडीएमए ऑपरेटर्सना प्रवेश शुल्क बरंच कमी होतं (आणि त्यामुळंच सीडीएमए हे तुलनेनं स्वस्त तंत्रज्ञान आहे असा दावा केला जात होता). त्यानंतर बीएसएनएलनं स्वत:चं अल्प-दर नेटवर्क उभारणार असल्याचं जाहीर केलं.

आता मोबाइल टेलिफोनी बाजारात परिवर्तन घडेल असा सर्वसामान्य मतप्रवाह होता. तोपर्यंत, मोबाइल फोन हे श्रीमंत माणसांचं साधन होतं. आता, अंबानी व बीएसएनएल महागड्या जीएसएम ऑपरेटर्सच्या तुलनेत किमती कमी ठेवण्याची चढाओढ करणार आणि कमी किमतीच्या आकर्षणाद्वारे ग्राहक जिंकणार हे उघड होतं.

एअरटेलमध्ये वातावरण खिन्न होतं. ही कंपनी दरवर्षी व्यूहरचनात्मक आखणी करण्यासाठी त्यांच्या ज्येष्ठ व्यवस्थापकांची गुप्त बैठक आयोजित करते. २००२ साली ही गुप्त बैठक आग्रा येथे 'मुघल शेरेटन'मध्ये आयोजित केली होती. ही बैठक या आणीबाणीच्या संदर्भातच होती.

"आम्ही अस्तित्वासाठी झगडतोय हे आम्हाला माहीत होतं," सुनील गतस्मृतींत

डोकावून सांगत होते, "कंपनी दोन मतप्रवाहांदरम्यान सापडली होती. काही लोकांचं म्हणणं होतं की, आपण मैदानात उतरून लढा द्यावा. माझा दृष्टिकोन याचा नेमका उलट होता कारण, आम्ही समोरासमोर उभे ठाकणार आहोत हे मला माहीत होतं. माझं धोरण होतं – नमतं घ्यायचं आणि आपल्या उर्जांचं जतन करायचं. घोंगावणारं वादळ निघून जाईपर्यंत वाट पाहायची आणि नंतर परिस्थिती कशी होतेय ते पाहायचं. दरम्यानच्या काळात आपण ग्राहकाशी जवळीक साधण्यासाठी सर्व शक्तीनिशी प्रयत्न करायचे."

सुनील यांची भूमिका नमती असल्यामुळं त्यांच्या भावी कृतीसंदर्भात बरेच तर्कवितर्क झाले. वडिलांना असणारं राजकारणाचं आकर्षण सुनीलनाही होतं हेही काही गुपित नव्हतंच. त्यामुळं ते कंपनी विकून, धनाढ्य व्यक्ती म्हणून राजकारणात प्रवेश करणार, असा एक अंदाज होता. दुसरा अंदाज म्हणजे, एअरटेलमधील प्रमुख गुंतवणूकदार 'सिंगटेल' मित्तलना पैसे देऊन, कंपनीवर प्रभावी ताबा घेणार. त्या वेळी जवळपास एकालाही असं वाटलं नव्हतं की, ते अंबानींच्या सामर्थ्यापुढं उभे ठाकू शकतील.

हा खडतर टप्पा वर्षभर टिकून होता. आता सुनील म्हणतात की, तो माझ्या जीवनातील सर्वांत खडतर कालखंडांपैकी एक होता. "कारण मनोधैर्यच इतकं खचलं होतं की, मी आमच्या माणसांना जाऊन भेटत होतो, त्यांच्या मनात आशा चेतवत होतो. मी असे सिनेमे पाहायला सुरुवात केली की, ज्यामध्ये 'अंडरडॉग' म्हणजेच ज्याची बाजू पडती आहे असा दुर्दैवी प्राणी जिंकतो... गनिमी सैनिक बलाढ्य सैन्याला धूळ चारतात अशा प्रकारचं कथानक असणारे सिनेमे. मी ज्या ज्या ठिकाणी जायचो तिथं मी माझ्या माणसांना सांगायचो की, आपल्याकडून जिंकण्याची अपेक्षा नाही, ही गोष्ट मी जाणतो. पण मी त्यांना हेही सांगायचो की, आपण जर प्रतिकूल परिस्थितीत जिंकू शकलो, तर आपण इतिहास घडवू."

या कहाणीचा सुखान्त झाला. रिलायन्सचा उपक्रम कोणत्याही निकषावर अपयशी नाही. एअरटेलचे १४ दशलक्ष ग्राहक (subscribers) आहेत, तर त्यांचे सुमारे १० ते १२ दशलक्ष ग्राहक आहेत. मात्र, त्यामुळं मोठ्या जीएसएम ऑपरेटर्सच्या व्यवसायाला जराही झळ बसलेली नाही. उलट दोन भिन्न बाजारपेठा विकसित झाल्या आहेत. सर्वोच्च स्थानी एअरटेल विराजमान आहे. स्वस्त टेलीफोनी बाजारपेठ रिलायन्सच्या ताब्यात आहे. अर्थातच, प्रचंड नफा आहे तो सर्वोच्च स्थानावर.

सुनील सांगत होते, "२००३ साली आमची गुप्त बैठक बँकॉकमध्ये होती; त्या वेळी सर्वांच्याच मूडमधला बदल इतका लक्षात येण्याजोगा चांगला होता की,

आम्ही या बैठकीला 'विजयी बैठक' असं संबोधलं होतं आणि स्वत:ला ऑलिम्पिकमध्ये सुवर्णपदक जिंकणाऱ्या खेळाडूंसारखं मानलं होतं. भूतकाळात डोकावताना असं जाणवतं की, एका वर्षात सगळ्या गोष्टी किती आश्चर्यकारक जलद गतीनं बदलल्या!''

राजकारणाला फाटा

अंबानींच्या सामर्थ्यापुढं त्यांनी स्वत:चं स्थान बनवल्यानंतर आता सुनील मित्तल यांचं पुढचं पाऊल काय असेल? आपली कंपनी सिंगटेल विकण्याचा मनात कधी विचार आला होता ही गोष्टसुद्धा ते नाकारतात. २००७ साली, वयाच्या पन्नाशीत त्यांचा राजकारणात येण्याचा बेत होता, ही गोष्ट ते कबूल करतात.

पण ते म्हणाले की, माझे बेत बदलले आहेत. माझं राजकारणाचं आकर्षण नष्ट झालं आहे. त्यांनी व्यवसाय-उद्योगातील इतर लोकांना संसदेत प्रवेश करताना पाहिलं आहे. त्या लोकांनी तिथं काही ठळक वेगळेपण दाखवलं आहे, असं सुनीलना वाटत नाही. राजकीय पक्षाचा सदस्य म्हणून आपल्याला पक्षशिस्त लागू होईल आणि आपल्याला खरोखर मनापासून जे वाटतं ते बोलता येणार नाही, ही गोष्टही त्यांच्या ध्यानात आली आहे.

त्यांचा निष्कर्ष असा आहे की, मी राजकारणाबाहेर राहून व माझ्या स्वत:च्या व्यवसायाचा धनी राहून समाजासाठी कितीतरी अधिक योगदान देऊ शकतो.

ते या संदर्भात ख्रिस्तोफर ब्लँड यांचं वचन सांगतात. ब्रिटिश टेलिकॉमचे अध्यक्ष ख्रिस्तोफर ब्लँड यांनी एकदा सुनीलना विचारलं की, ''तुमचा राजकारणात शिरण्याचा विचार आहे का?''

आश्चर्यचकित झालेल्या सुनीलनी खरं सांगून टाकलं, ''माझ्या मनात ही कल्पना घोळतीय.''

''एक काम कर.'' ब्लँड त्यांना म्हणाले होते, ''राजकारणात शिरण्याचा विचार मनात आला की, डोक्यावर चार तांबे ओतून घे.''

आणि अजूनही, त्यांना आपल्या आयुष्यात बरंच काही घडायचं बाकी आहे असं वाटतं. त्यांच्या स्वत:च्या हिशोबानुसार अजून त्यांचं वीस वर्षं 'वर्किंग लाइफ' बाकी आहे. कारण त्यांची ठाम श्रद्धा आहे की, आपलं बहुतेकसं यश हा कुठल्याशा दैवी योजनेचा भाग आहे. त्याचं श्रेय ते स्वत:कडं घेत नाहीत. पुढचा टप्पा काय असेल याची त्यांना खात्री नाही.

मी त्यांना विचारलं की, तुम्ही नेहमी तुमच्या यशाचं श्रेय परमेश्वराला का देता? त्यांच्या जवळपास प्रत्येक मुलाखतीमध्ये, ते दैवी हस्तक्षेपाची भूमिका फार महत्त्वाची असल्याचं सांगतात.

उदाहरणार्थ, ते 'हिंदुस्तान टाइम्स'च्या 'ब्रंच' पुरवणीच्या मुखपृष्ठावर झळकले होते तेव्हा त्यांनी जाहीर केलं होतं की, "मी या परीकथेकडं मागं वळून पाहतो, तेव्हा प्रत्येक टप्प्यावर दैवी हस्तक्षेप होता ही गोष्ट स्पष्ट होते. हे असंच घडणार होतं."

हेच शब्द दुसऱ्या कुणाच्या तोंडून ऐकले तर ते उर्मटपणाचे किंवा चक्क वेडगळपणाचे वाटू शकतील – म्हणजे त्यांची या कामासाठी निवड झालीय अशा प्रकारची वेडगळ समजूत – पण सुनील यांच्या तोंडी हेच शब्द नम्रतेचे वाटतात. मला वाटतं त्यांना त्यांचं यश उर दडपवणारं वाटत असावं. त्यांनी इतक्या सगळ्या प्रतिकूलतेच्या पार्श्वभूमीवर ज्या जलद गतीनं प्रगती केली, तशी प्रगती करणारा कुणीही भारतीय उद्योगपती माझ्या पाहण्यात नाही. मला वाटतं, कुठंतरी त्यांना स्वत:लाच पटवून द्यायची गरज वाटते की, त्यांच्या यशात त्यांच्या क्षमतेपेक्षा दैवाचा वाटा महत्त्वाचा होता.

तुम्ही त्यांच्याशी बोलता, त्या वेळी स्वत:च्या कर्तबगारीवर पुढं आलेल्या बऱ्याच यशस्वी माणसांमध्ये आढळणारा बढाईखोर उर्मटपणा जराही आढळत नाही. त्याउलट त्यांचा लोभस प्रामाणिकपणा प्रकट होतो. उदाहरणादाखल सांगायचं तर, मितब्राऊची आयात बेकायदेशीर असू शकेल, हे त्यांनी कबूल करायची काही गरज नव्हती; किंवा त्यांच्या पडत्या काळात ते किती निराश झाले होते, हे सांगण्याचीही गरज नव्हती. ते त्यांच्या यशाबाबत बोलतात तेव्हासुद्धा त्यांचं गोडबोलेपण ही वस्तुस्थिती असते. त्यांच्या शब्दाखातर लोकांनी पैसे लावावेत, इतकं त्यांच्यात समोरच्याला पटवण्याचं सामर्थ्य आहे, अगदी त्यांची क्षमता सिद्ध करणारी कामगिरी व ती रक्कम यांचा मेळ बसत नसला तरीसुद्धा!

मी त्यांना म्हणालो की या नेतृत्व मालिकेसाठी उद्योगपतींच्या मुलाखती घेण्यातला एक आनंद म्हणजे, पंधरा वर्षापाठीमागं जी माणसं कुणाच्या खिजगणतीत नव्हती त्या लोकांविषयी जाणून घेणं : उदाहरणार्थ नंदन निलेकणी, राजीव चंद्रशेखर, सुभाष चंद्रा, उदय कोटक, अजीम प्रेमजी आणि अर्थातच, सुनील मित्तल.

"आजच्या भारतातली हीच गोष्ट विशेष आहे." ते म्हणाले, "लोक जेव्हा माझी मुलाखत घेतात तेव्हा मी नेहमी त्यांचं लक्ष या मुद्याकडं वेधतो की, आम्ही दशकभराच्या कालखंडात जगातील एक आघाडीची मोबाइल टेलिफोन कंपनी निर्माण करू शकलो, तेसुद्धा कुणालाही न फसवता आणि कुठलाही कायदा न मोडता. हे करता येऊ शकतं. आणि मी अधिकाधिक लोकांना या दृष्टीनं प्रयत्न करून पुढं जाण्यासाठी प्रोत्साहित करीन."

अर्थातच, दैवी हस्तक्षेपासह अथवा त्याविनाही!

■

मोठी लढाई

राजीव चंद्रशेखर

माजी अध्यक्ष व मुख्य कार्यकारी अधिकारी, बीपीएल मोबाइल

◆

राजीव चंद्रशेखर यांच्या बाबतीत एक मजेशीर गोष्ट आहे. खरं तर त्या बाबतीत मजेशीर गोष्टींची अख्खी यादीच आहे.

मजेशीर गोष्ट क्रमांक एक : चंद्रशेखर प्रत्यक्षात स्वत:चा व्यवसाय चालवत होते तेव्हा त्यांच्याविषयी जेवढ्या लोकांना माहीत होतं, त्यापेक्षा आता अधिक लोक त्यांना ओळखतात. आता त्यांनी 'बीपीएल मोबाइल' ही कंपनी 'एस्सार'च्या रुईयांना विकली आहे (आणि त्यामुळं अंतिमत: 'हच'ला) त्यामुळं ते प्रत्येक दूरचित्रवाहिनीवर व उद्योगक्षेत्राशी निगडीत असणाऱ्या प्रत्येक वर्तमानपत्रात झळकत आहेत. ११० कोटी डॉलर्सना कंपनी विकण्यानं प्रत्येक वेळी एवढं घडणारच!

मजेशीर गोष्ट क्रमांक दोन : प्रत्येक जण वर्तमानपत्रात त्यांचे फोटो पाहतो आणि हा कुणी श्रीमंत पोरगा आहे असं गृहीत धरतो, बीपीएल परिवाराच्या या सदस्याच्या हाती काहीतरी मोठं घबाड लागलं आहे असं मानलं जातं. पण खरं तर यात सत्याचा लवलेशही नाही.

मजेशीर गोष्ट क्रमांक तीन : इन्फोसिस, विप्रो व इतर कंपन्यांप्रमाणेच त्यांचीही अर्थकारणाची अस्सल नवी यशोगाथा आहे, पण दूरसंचार क्षेत्रातील झटपट

> "२००१ साली, बीपीएल मोबाईल भारतातील सर्वांत मोठी ऑपरेटर बनली होती, तेसुद्धा मला कुणाही राजकारण्याकडं न जावं लागता अथवा एक पैसाही लाच न द्यावी लागता."

यशस्वी झालेल्या इतर सर्व उद्योगपतींप्रमाणेच राजीवना त्यांच्या वाट्याचं श्रेय कधीही मिळालं नाही.

'इन्टेल'मधून मायदेशी परत

चंद्रशेखर यांच्या बाबतीत ध्यानात ठेवण्याजोगी गोष्ट म्हणजे – तुम्ही त्यांना सीएनबीसी वर दूरसंचार धोरणासंदर्भात बोलताना ऐकलं असलं तरी ते मूळचे उद्योग-व्यवसाय जगतातले नाहीत.

त्यांच्या आधीच्या नंदन निलेकणीप्रमाणेच (चंद्रशेखर नंदन यांच्यापेक्षा दहा वर्षांनी लहान आहेत, त्यामुळं ते तंत्रक्षेत्रात जलद गतीनं यशस्वी झालेल्या उद्योगपतींच्या पुढच्या पिढीत येतात.) चंद्रशेखर यांच्या धमन्यांत उद्योजकीय रक्ताचा थेंबसुद्धा नाही. त्यांची पार्श्वभूमी संपूर्णतः व्यावसायिक कुटुंबाची आहे : त्यांचे वडील हवाई दलात अधिकारी होते. त्यामुळं राजीव यांचं बालपण जोरहाट, लडाख व दिल्ली इथल्या हवाई दल केंद्रांवर गेलं. त्यांना बिझनेसमध्ये अजिबात रस नव्हता. आपण एखादी कंपनी चालवू हा विचारसुद्धा त्यांना कधी शिवला नव्हता.

ते सांगतात, की शिक्षणाच्या संदर्भात मी अगदी सामान्य होतो, पण मला मणिपाल येथे अभियांत्रिकीला प्रवेश मिळाला. तरीसुद्धा, त्यांच्या महाविद्यालयीन आठवणी निराळ्या आहेत, माहिती-तंत्रज्ञान क्षेत्रावर वर्चस्व असणाऱ्या आयआयटी-वाल्यांना ज्या प्रकारच्या गोष्टी पसरवायला आवडतं तशा प्रकारच्या नाहीत. त्यांना एक ठळक आठवण आहे ती 'जंक संघ' नावाच्या दुचाकीस्वारांच्या टोळीत सहभागी असण्याची. हा कंपू दुचाकीवरून बेंगलोरला रॉक स्टार्सच्या कार्यक्रमांना जात असे. १९८० च्या दशकात भारतात विशबोन ॲश, युरिया हीप आणि तिसऱ्या जगताला वेडं करणारे इतर अपयशी ब्रिट बँड्स येत असत.

१९८४ साली ते पदव्युत्तर शिक्षणासाठी शिकागोच्या 'इलिनॉईस इन्स्टिटयूट'मध्ये दाखल झाले. मात्र आपली बुद्धिमत्ता सामान्य असल्याचं आता ते जसं सांगतात तसं मात्र असणार नाही. त्यांनी नऊ महिन्यांतच पदवी मिळवली आणि सर्व अनुभवी मार्गदर्शकांना मागं टाकणारं एक व्यक्तिमत्त्वही त्यांना मार्गदर्शक म्हणून लाभलं. ती व्यक्ती म्हणजे विनोद धाम. पुढं 'इन्टेल'मध्ये गेल्यानंतर ते जसे 'लीजंड' बनले तसे त्या वेळी नव्हते.

चंद्रशेखरनी पदवी मिळवल्यानंतर त्यांना नोकरीचे बरेच प्रस्ताव आले, पण त्यांनी 'मायक्रोसॉफ्ट' ऐवजी 'इन्टेल'ची निवड केली, त्यालाही धाम यांचा प्रभाव कारणीभूत होता. हा निर्णय सूज्ञपणाचा होता. त्यांनी सिलिकॉन व्हॅलीत प्रवेश केला

त्या वेळी या क्षेत्राला उर्जितावस्था येण्यास नुकता प्रारंभ झाला होता. तंत्रकुशल व्यक्ती अद्याप नवउद्योजकच होत्या. त्यांच्यापाशी अजून स्वत:च्या क्रीडानौका व 'मेरलॉट वाईनयार्ड्स' नव्हती.

ते सांगत होते की, माझ्यासोबत काही बैठकांना बिल गेट्स हजर होते. त्यांना 'इन्टेल कॅफे' मध्ये लॅरी एलिसन यांच्यासोबत चर्चा केल्याचंही स्मरतंय. चंद्रशेखर इन्टेलमधले सर्वांत जलद गतीनं उदयाला येणाऱ्या ताऱ्यांपैकी एक होते. ते 'चिप्स'च्या पुढच्या पिढीवर काम करणाऱ्या तीन सीपीयू शिल्पकारांपैकी एक होते. आजवरच्या प्रत्येक 'इन्टेल ४८६ प्रोसेसर'च्या उत्पादनावर त्यांच्यासह व या प्रकल्पावर काम करणाऱ्या अन्य तीस अभियंत्यांच्या नावांची आद्याक्षरं आहेत.

असं सगळं असताना ते सिलिकॉन व्हॅलीला रामराम ठोकून मायदेशी का परत आले?

१९८०च्या दशकाच्या अखेरीस त्यांची अंजूंशी भेट झाली. त्या बोस्टनमध्ये एमबीए करत होत्या. या दोघांनी लग्न करायचं ठरवलं. अंजू यांचे पिता म्हणजे 'बीपीएल'चे संस्थापक. चंद्रशेखर सांगतात की, मल्याळी चौकशीची फेरी पार पडल्यानंतर म्हणजेच – माझी कुणी अमेरिकी प्रेमिका नाही याची खात्री पटल्यानंतर – अंजू यांच्या मातापित्यांनी या विवाहबंधनाला आनंदानं परवानगी दिली. राजीव सांगत होते की, माझं कुटुंब अगदी मध्यमवर्गीय आहे या गोष्टीनं त्यांना काही फरक पडला नाही. इतर सर्व चांगल्या मल्याळींप्रमाणंच 'बीपीएल'च्या नंबियार कुटुंबानंही संपत्तीपेक्षा शिक्षणाचं मोल अधिक मानलं.

लग्नानंतर, ते इन्टेलमधून एक वर्ष रजा घेऊन भारतात परत आले. जीवनाची दिशा बदलणारे काही योगायोग घडत असतात, त्यापैकी एक म्हणजे, त्यांच्या वडिलांनी त्यांची राजेश पायलट यांच्याशी ओळख करून दिली. राजेश पायलट हवाई दलात होते, त्या वेळी चंद्रशेखर यांच्या वडिलांनी त्यांना विमानभरारी घ्यायला शिकवलं होतं. राजेशनी चंद्रशेखरना राजीव गांधींच्या भेटीला नेलं – ते त्या वेळी विरोधी बाकांवर होते – त्यांनी चंद्रशेखरना विचारलं : "तुम्ही भारतात परत येऊन देशाला एकविसाव्या शतकातील इलेक्ट्रॉनिक क्रांतीसाठी सज्ज करण्यास साहाय्य का करत नाही?"

चंद्रशेखर यांच्या मनात कुतूहल जागलं. त्यांचं 'सिलिकॉन व्हॅली'त उत्तम चाललं होतं. त्यांच्या करिअरनंही चांगलीच गती घेतली होती. त्यांना बी. बी. किंग व रॉबर्ट क्रे यांचा प्रत्यक्ष कार्यक्रम ऐकायला मिळत होता. पण आतमध्ये कुठंतरी त्यांना जाणवत होतं की, अज्ञातापलीकडंही जीवन आहे.

कदाचित, बेंगलोरमधलं!

वास्तवाचा अनुभव

१९९१ साली, राजीवनी प्रथमच भारतीय उद्योगात पदार्पण केलं, त्या वेळी त्यांनी सॉफ्टवेअर हा पर्याय नाकारला आणि ते त्यापेक्षा अधिक नव्या भासणाऱ्या पर्यायाकडं वळले. १९८० च्या दशकाच्या प्रारंभी, मोबाइल टेलिफोनी युरोपमध्ये तेजीत असली तरी अमेरिकेत तितक्या मोठ्या प्रमाणात नव्हती. मात्र चंद्रशेखरना 'फ्रान्स टेलिकॉम' व 'क्रेग मॅकाऊ' यांच्या रूपानं उत्तम भागीदार मिळाले; चंद्रशेखरनी सासऱ्यांचं 'ब्रँड नेम' वापरलं; आणि ते सेल्यूलर परवान्यांच्या पहिल्या फेरीतील बोलीच्या स्पर्धेत उतरले.

१९९४ साली, कज्जे खटल्यांच्या अनंत फेऱ्यांतून पार पडून परवाने हाती आले तेव्हा ते बेंगलोरहून मुंबईला आले. त्यांनी नरिमन पाइंटला 'अर्केडिया'मध्ये एक हजार चौरस फुटांचं कार्यालय भाड्यानं घेतलं, 'आयडीबीआय'कडून १०० कोटी रुपयांचं कर्ज घेतलं, प्रत्यक्ष कार्यासाठी तरुण व माजी सैनिकांची नेमणूक केली आणि भारताला 'सेल्यूलर' युगात खेचून नेण्याचा प्रयत्न केला.

सुरुवातीपासून सगळं काही योजल्याबरहुकूम पार पडलं. बोलीची प्रक्रिया संपूर्णतः पारदर्शक होती. त्यांना 'आयडीबीआय'मध्ये कुणीही लाच मागितली नाही. त्यामुळं राजीवना खात्री वाटू लागली की, इथंही सॉफ्टवेअरच्या यशाचीच पुनरावृत्ती अनुभवायला मिळणार आणि आपण नव्या भारतासाठी एक प्रामाणिक, जागतिक स्तरावरील सर्वोत्तम उद्योग निर्माण करणार.

१९९६ साली, तत्कालीन दूरसंचार मंत्री सुखराम यांनी बोलीची दुसरी फेरी जाहीर केली, तेव्हाही राजीव बेचैन झाले नव्हते. गेल्या पाच वर्षांत, त्यांना कधीही मंत्रीमहोदयांना भेटायची गरज भासली नव्हती, त्यामुळं सरकारी अधिकाऱ्यांनी त्यांना सुखराम यांच्याशी संपर्क साधायला सांगितलं तेव्हा त्यांना आश्चर्य तर वाटलंच होतं, शिवाय ते अगदी रोमांचितही झाले होते.

"मला मंत्रीमहोदयांसमवेत खरोखर मोठा व्यवहार होणार आहे असं वाटलं होतं," राजीव म्हणाले.

सुखरामनी बरीच वळणं-वळसे घेतले आणि त्यांना पुन्हा दुसऱ्यांदा भेटायला बोलावलं. याही भेटीनंतर चंद्रशेखरना खरा मुद्दा समजलाच नाही तेव्हा अखेर त्यांनी संतापून विचारलं, "तुमच्या घरी कुणी वयस्क माणूस नाही का?... मी त्याच्याशी बोलतो."

पण तसा कुणी वयस्क माणूस नव्हता, कारण हा 'तरुण' उद्योग होता. सुखरामनी बीपीएल मोबाइलची बोली नाकारून हिमाचल फ्यूच्युरिस्टिक'ला झुकतं

माप दिलं असलं तरी चंद्रशेखर म्हणू शकत होते की, मी एक पैसाही लाच न देता मोबाइल टेलिफोनी उद्योगातील सर्वांत मोठा ऑपरेटर बनलो!

"तोपर्यंत माझा अनुभव बेंगलोरच्या सॉफ्टवेअर अब्जाधीश मित्रांसारखा होता." ते काहीशा उपरोधानं म्हणाले.

गणित चुकलं

२००१ सालापर्यंत, बीपीएल मोबाइल भारतातील सर्वांत मोठी सेल्यूलर ऑपरेटर बनली होती आणि चंद्रशेखर दूरसंचार क्रांतीचे 'पोस्टर बॉय' बनले होते – आपल्याला एकविसाव्या शतकासाठी सज्ज करण्यासाठी मायदेशी परतलेला 'इन्टेल'- इंजिनिअर!

त्यानंतर काही गणितं चुकायला सुरुवात झाली. त्यांनी एक चूक केली आणि त्यामुळं त्यांना असा तडाखा बसला की, त्यातून ते कधीच पूर्णपणे सावरले नाहीत.

ही चूक म्हणजे, त्या वेळी 'बटाटा कन्लॉमरेट' म्हणून ओळखल्या जाणाऱ्या युतीत सहभागी होणे. कुमार मंगलम बिर्ला, रतन टाटा व एटी ॲन्ड टी यांनी एकत्र येऊन नवी कंपनी स्थापन करायचं ठरवलं. ही कंपनी व्यावसायिक व्यवस्थापनाखाली चालवायचं ठरलं होतं, तसंच या कंपनीवर भागधारकांचं नियंत्रण असणार नव्हतं. चंद्रशेखरनी या भव्य 'बटाटा'मध्ये बीपीएल मोबाइल विलीन करायचा निर्णय घेतला. आपली कंपनी आकारमानाच्या जोरावर या नव्या कंपनीची एकमात्र सर्वांत मोठी भागधारक असेल हे त्यांनी ओळखलं होतं.

२००१ साली यासंबंधीच्या 'एमओयू'वर स्वाक्षऱ्या झाल्या आणि चंद्रशेखर स्वस्थ राहिले. त्यांनी उद्योगात आणखी गुंतवणूक केली नाही, ग्राहकांना (subscribers) दुसरीकडं जाण्यापासून थांबवलं नाही. ते या नव्या युतीला आकार येण्याची प्रतिक्षा करत होते.

आणि या युतीनंही काय आकार घेतला! 'आयडिया' बनलेल्या या नव्या कंपनीमध्ये फक्त बीपीएल मोबाइलचाच समावेश नव्हता!

२००२ साली 'एमओयू'ची मुदत संपली आणि 'आयडिया'नं त्याचं नूतनीकरण करण्यात स्वारस्य नसल्याचं सांगितलं.

मार्केट शेअर गमावल्यामुळं चंद्रशेखर व बीपीएल एकटे पडले.

यात नेमकं कुठं बिनसलं? बाजारात चर्चा आहे की, टाटा या व्यवहारात संतुष्ट होते, पण बिर्लांना राजीव चंद्रशेखर यांचे 'ज्युनिअर पार्टनर' होण्याची कल्पना मानवत नव्हती.

"तुम्हाला कुमार मंगलम बिर्लांनी फसवलं का?"

या प्रश्नावर राजीव चंद्रशेखर अस्वस्थ झाले.

“मी कुणाकडंही अंगुलिनिर्देश करणार नाही. आपण फक्त इतकंच म्हणू की हा व्यवहार तडीला गेला नाही.”

लढाईत जीत, महायुद्धात हार

ही गोष्ट त्या वेळी कुणाच्याही लक्षात आली नव्हती, पण ‘बटाटा’च्या विचक्यानं बीपीएलच्या राष्ट्रीय महत्त्वाकांक्षांची अखेर निश्चित केली. चंद्रशेखर ज्या वेळी विश्राम घेऊ इच्छित होते त्या वेळी प्रतिस्पर्धी बाजारपेठेवर कब्जा मिळवत होते. हीच आत्मसंतुष्टी भोवली. आता राष्ट्रीय बाजारपेठेत ‘एअरटेल’सारखे स्पर्धक ‘बीपीएल’च्या पुढं गेले.

या चुकीचं गांभीर्य लपून राहण्याचं एक कारण म्हणजे यातील बहुतेकसा काळ चंद्रशेखर ‘सेल्यूलर ऑपरेटर्स’च्या संघटनेचे प्रमुख म्हणून पुन्हा प्रकाशझोतात होते, यादरम्यान ते परवाना पद्धतीत सुधारणा घडवण्यासाठी सार्वजनिक लढा देत होते. ते ‘प्रॉफिट-शेअरिंग’ची व्यवस्था न झाल्यामुळं हा उद्योग बुडाल्याचं स्पष्टीकरण देत होते, तरीसुद्धा चौथ्या परवान्यांच्या ‘बिडिंग’मध्ये ‘बीपीएल’ कुठंच नव्हतं ही गोष्ट फार थोड्या लोकांच्या लक्षात आली. ‘आयडिया’मध्ये विलीनीकरण झालेलं नसल्यामुळं ‘बीपीएल’ला दिल्लीसाठी बोली लावता आली असती. पण संपूर्ण विस्तारात चंद्रशेखर मागं पडले आणि नव्या मातब्बर कंपन्या उदयाला आल्या तसं बीपीएलनं भारतीय सेल्यूलर मार्केटमधलं अग्रणी स्थान गमावलं.

मात्र, चंद्रशेखर ‘मार्केट शेअर’ गमावत असले तरीसुद्धा त्यांनी सेल्यूलर उद्योगासाठी मोठा लढा जिंकला. सरकारनं ‘प्रॉफिट-शेअरिंग’ व्यवस्थेला मान्यता दिल्यामुळं ऑपरेटर्सचं – त्यापैकी बहुतेकसे कर्जात आकंठ बुडाले होते – नशीब एकदम उघडलं.

या लढ्यातील यशस्वितेनं बहुधा त्यांची डब्ल्यूएलएल / सीडीएमए संदर्भातील भीषण हल्ल्याला तोंड देण्याची सज्जता कमी केली.

जेव्हा सेल्यूलर परवाने देण्यात आले, त्या वेळी ऑपरेटर्सना खात्री देण्यात आली होती की, इतर कुणालाही सेल्यूलर सेवा पुरवण्याची परवानगी दिली जाणार नाही. मात्र, वाजपेयी सरकारनं हा नियम बदलला. त्यांनी जाहीर केलं की, ‘फिक्स्ड लाइन’ सेवा देऊ इच्छिणारे खासगी ऑपरेटर्स सुद्धा सेल्यूलर सेवा देऊ शकतील, मात्र त्यांनी चालू ऑपरेटर्सची पसंती असणाऱ्या जीएसएम तंत्रज्ञानाऐवजी सीडीएमए अथवा डब्ल्यूएलएल तंत्रज्ञान वापरलं पाहिजे.

या धोरणाचे समाजसत्तावादी पार्श्वभूमीवर समर्थन करण्यात आले. सीडीएमए हे नवं तंत्रज्ञान असल्याचं सांगण्यात आलं. ते जीएसएम पेक्षा बरंच स्वस्त होतं.

श्रीमंत माणसाच्या महागड्या जीएसएम फोन्सपेक्षा, सर्वसामान्य माणसाला उपलब्ध होणारा हा नवा सीडीएमए फोन 'जनता' मोबाइल असेल असं चित्र उभं करण्यात आलं.

याला जीएसएम ऑपरेटर्सनी विरोध करताच त्यांना असंतुष्ट ठरवण्यात आलं. भारतीय ग्राहकांना अधिक स्वस्त, अधिक नूतन तंत्रज्ञानाच्या लाभांपासून दूर ठेवण्यासाठी झगडणारी मंडळी अशी त्यांची प्रतिमा रेखली गेली. सरकारनं सांगितलं की, आता प्रत्येकाला मोबाइलधारक होणं शक्य आहे, मात्र जीएसएम ऑपरेटर्सनी हे नवं स्वस्त तंत्रज्ञान बहुसंख्य जनतेपर्यंत पोहोचू दिलं तर.

या विधानांनी चंद्रशेखर अजूनही संतप्त होतात. ते म्हणाले, ''पहिली गोष्ट म्हणजे, जीएसएम हा पर्याय आम्ही निवडला नव्हता. तो निर्णय सरकारनं घेतला होता. दुसरी गोष्ट म्हणजे, ही दोन्हीही तंत्रज्ञानं समकालीन आहेत. सीडीएमए हे अत्याधुनिक तंत्रज्ञान नाही. तिसरी गोष्ट, हे तंत्रज्ञान जीएसएम पेक्षा स्वस्त नाही. खरं तर सीडीएमए फोन्स जीएसएम फोन्सपेक्षा अधिक महागडे आहेत. चौथी गोष्ट म्हणजे, भारतात सीडीएमए फोन तुलनेत स्वस्त मिळण्याचं एकमात्र कारण म्हणजे, जीएसएम ऑपरेटर्सना जसं प्रचंड आरंभ-शुल्क आकारण्यात आलं होतं, तसं सीडीएमए ऑपरेटर्सना आकारण्यात येणार नव्हतं. शिवाय सर्वांत महत्त्वाचा म्हणजे नैतिक मुद्दा होता : जीएसएम ऑपरेटर्स सेल्यूलर सेवा देण्यासाठी जे परवानाशुल्क भरत होते, ते, ही बाजारपेठ फक्त विशिष्ट संख्येतील लोकांपुरतीच मर्यादित राहणार ही गोष्ट गृहीत धरून. जर आम्हाला ठाऊक असतं की, ही बाजारपेठ नव्या सीडीएमए खेळाडूंसाठी खुली होणार आहे तर कदाचित आम्ही या धंद्यात कधीच उतरलो नसतो.''

हे सर्व मुद्दे योग्य असले तरी आणि चंद्रशेखर यांच्या नेतृत्वाखाली जीएसएम ऑपरेटर्सनी आपली बाजू परिणामकारकपणे मांडली असली तरी, त्यांना अपेक्षित असणारा प्रभाव त्यांना कधीच टाकता आला नाही. दूरसंचार क्षेत्राबद्दलची सगळी चर्चा वाया गेली आणि या संदर्भातील धोरणात दुरुस्ती करण्याबाबत जनमताचा दबावही फारसा नव्हता.

अखेर, जीएसएम ऑपरेटर्सना न्यायालयात यश लाभलं. सर्वोच्च न्यायालयानं सरकारी धोरण अप्रामाणिक व अवैध असल्याचं नमूद करून, अधिक समतल मैदानाची आखणी करण्याचे आदेश दिले.

ही जीएसएम उद्योगासाठी शुभवार्ता होती. पण बीपीएल मोबाइलच्या दृष्टीनं आधीच खूप उशीर झाला होता.

उतरती कळा

चंद्रशेखर या सार्वजनिक लढाया लढत असताना, त्यांच्या कंपनीला उतरती कळा लागली होती. त्यांनी बटाटामध्ये विलीनीकरणादरम्यान जी वर्षभराची रजा घेतली होती, त्यातून कंपनी कधीच वर आली नाही. दरम्यान, त्यांचे प्रतिस्पर्धी त्यांना मागं टाकून पुढं गेलेच, शिवाय बीपीएल मोबाइल आर्थिक समस्यांच्या गर्तेत सापडली.

ते कर्जाची रक्कम भागवू शकत नव्हते, घेणेकऱ्यांच्या दाराशी रांगा लागल्या होत्या, मोटोरोलानं ही कंपनी बंद करावी अशी याचिका दाखल करताना, ही कंपनी ऋण फेडू शकण्याच्या स्थितीत नाही असं म्हटलं होतं.

हा चंद्रशेखर यांच्या आयुष्यातला सर्वांत पडता काळ होता. त्यांनी कित्येक महिने स्वत:चीच कीव करण्यात घालवल्याचं आता ते अगदी मोकळेपणे मान्य करतात.

"मी स्वत:लाच प्रश्न करायचो." ते सांगत होते, की सगळ्या गोष्टी अशा झटपट कशा बदलल्या? २००१ सालापर्यंत माझी यशोगाथा कुणाही सॉफ्टवेअरमधल्या व्यक्तीसारखी होती; पण २००३ साली धनको माझी कंपनी बंद करायला तयार होते."

त्यांचा निष्कर्ष असा आहे : "सॉफ्टवेअर उद्योगाला राजकारण्यांकडं जायची गरज पडत नाही. त्यांचे बहुतेकसे ग्राहक परदेशी असतात. आम्ही मात्र संपूर्णत: सरकार व नियामक संस्थांवर अवलंबून होतो, जे कधीकधी पूर्वग्रहदूषित अथवा भ्रष्ट होते. २००१ सालापर्यंत, भारतीय उद्योगातील मातब्बरांनी सेल्यूलर उद्योगाचा कधी विचार केला नव्हता. पण जेव्हा ते यात उतरले तेव्हा आपण किती मागं पडलोय ते आम्हाला चांगलंच कळून चुकलं. त्यांनी एकतर आम्हाला फसवलं तरी किंवा त्यांनी सरकारी धोरण आमच्या विरोधी वळवलं. कॉर्पोरेट घातपात किती वाईट किंवा किती हानीकारक असू शकतो याची मला अजिबात कल्पना नव्हती."

क्षणभर विराम घेऊन ते म्हणाले, "मी भारतात एक गोष्ट शिकलोय, ती म्हणजे, एखाद्या मातब्बराची तुम्हाला धुळीला मिळवायची इच्छा असेल आणि त्याला सरकारला कुशलतेनं कसं हाताळायचं ते ठाऊक असेल तर, तुम्ही काहीही करू शकत नाही."

चाळीशीत जीवनाचा आरंभ होतो

असं असलं तरीसुद्धा, त्यांना करता येण्याजोगं आणखीही काही होतं. त्यांनी पुन्हा उद्योगात प्रवेश केला. त्यांनी बीपीएल मोबाइल कंपनीला स्वत:च निर्माण केलेल्या खड्ड्यातून वर काढण्याचा निश्चय केला. २००२-२००३ या काळात कंपनीची अजिबात वृद्धी झाली नाही.

२००३-२००४ या काळात कंपनीची १४ टक्के वृद्धी झाली. मात्र चंद्रशेखरनी अधिकाधिक उंची गाठण्याचा निश्चय केल्यामुळं २००४-२००५ या सालात त्यांच्या उद्योगानं ५८ टक्के इतकी आश्चर्यकारक वृद्धी साधली. त्यांनी प्रतिकूलतेवर मात करत कंपनीला अधोगतीच्या गर्तेतून बाहेर काढलं. आता ते मोबाइल टेलिफोनी क्षेत्रातले 'पोस्टर बॉय' राहिले नव्हते हे कबूल – आता ही उपाधी 'एअरटेल'च्या सुनील मित्तल यांच्या नावामागं लागली होती – पण ते अपयशीही नव्हते. त्यांचा उद्योग यशस्वी होता, तो चांगला मजबूत वाढतही होता.

आता त्यांच्यामागचं समस्यांचं शुक्लकाष्ट संपलं असं वाटत असतानाच एक नवी गुंतागुंतीची समस्या उभी ठाकली. त्यांच्या सासरेबुवांनी त्यांच्याशी न्यायालयात लढायचं ठरवलं. चंद्रशेखर यांच्या वकिलांच्या दृष्टीनं, बीपीएल मोबाइल हा कायमच चंद्रशेखर यांचा स्वत:चा उद्योग होता. ते त्यांच्या सासुरवाडीच्या लोकांना 'बीपीएल ब्रँड' साठी परवाना शुल्क देत होते, तेवढाच काय तो त्यांचा संबंध होता. ते स्वत:च्या बळावर उद्योग चालवत होते, त्यांनी स्वत:साठी स्वबळावर आर्थिक स्रोत शोधला होता आणि बाजारपेठेत व बँकांत त्यांचं स्वतंत्र अस्तित्व मानलं जात होतं.

यामध्ये समस्या अशी होती की 'मदरब्रँड'ची कामगिरी काही फारशी चांगली चालली नव्हती आणि बीपीएल मोबाइलकडं तर आता बक्कळ पैसा होता. चंद्रशेखर सांगत होते की, ''कौटुंबिक गुंतागुंतीमुळं तो काळ फारच खडतर होता.'' त्यांनी त्यांच्या सासऱ्यांच्या विरोधात एकही शब्द उच्चारला नाही, अंजूंनाही कुणाची बाजू न घेण्याविषयी सांगितलं आणि ते नेहमीप्रमाणेच मुलांना त्यांच्या आजी-आजोबांना भेटायला पाठवत राहिले.

''मी ठरवलं की, आपण या समस्येकडं व्यावसायिक समस्या म्हणून पाहायचं, कौटुंबिक कलह म्हणून नाही,'' चंद्रशेखर म्हणाले.

त्यांची ही पद्धत कामी आली आणि जुलै २००५ मध्ये हा वाद सलोख्यानं मिटला. चंद्रशेखरनी बीपीएल ब्रँड सोडण्याचा निर्णय घेतला. त्यांचा नवा 'ब्रँड' तयार करण्याचा विचार असल्यामुळं त्यांनी 'मॉर्गन स्टॅनले'ला ४० टक्के 'इक्विटी पार्टनर' शोधायला सांगितलं. मात्र, त्यांनी यावर जसजसा अधिक विचार केला,

तसतसं कंपनी विकून पैसे घेणं हाच पर्याय चांगला वाटू लागला. जून २००५ मध्ये एस्सारकडून खरेदीचा उत्तम प्रस्ताव येताच, चंद्रशेखरनी त्यांच्या जीवनातील एका अध्यायाची समाप्ती करायचं ठरवलं.

'बीपीएल मोबाइल'चा व्यवहार केवढ्याला झाला ते सांगायला त्यांना मनाई आहे. हा व्यवहार १२० कोटी डॉलर्सच्या जवळपास झाला असावा. या बाजारात वर्तवल्या जाणाऱ्या अंदाजावरही ते काहीही भाष्य करत नाहीत. फक्त आता ते गडगंज श्रीमंत झाले आहेत एवढंच ते मान्य करतील.

त्यांच्याच शब्दांत सांगायचं तर, ''आपण फक्त इतकंच म्हणू की, आता मी अगदी सुखेनैव बाजूला झालो आहे.''

त्यांच्या मनात खूप योजना आहेत : त्यांना 'व्हेंचर कॅपिटल फंड' सुरू करायचा आहे; त्यांना प्रकाशन क्षेत्राची अतिशय आवड आहे; त्यांचं एक प्रतिष्ठान कार्यरत आहे; कोवलम येथे त्यांची जी हॉटेल्स आहेत, त्यासाठी त्यांना अधिक वेळ द्यायचा आहे आणि अर्थातच, ते तंत्रज्ञान क्षेत्रात नव्या गुंतवणुकीची संधी शोधत आहेत.

गेल्या दशकामध्ये ते बऱ्याच कशाकशातून पार पडले आहेत, ते पाहता ते किती तरुण आहेत हा मुद्दाच विसरला जातो. ते अवघे चाळीशीचे आहेत. अनेक अर्थांनी अजून अख्खं जीवन त्यांच्यासमोर आहे.

मी त्यांना म्हणालो, हा प्रवास खूप दीर्घ व विलक्षण होता. तुमच्या उदाहरणावरून, मध्यमवर्गीय तंत्रकुशल व्यक्तींचं परदेशी ग्राहकांशी चांगलं जमू शकतं, पण अनुभवी बनिया उद्योगांकडून त्यांची अगदी सहज फसवणूक होते, ही गोष्ट स्पष्ट झाली का?

''अगदी तसंच म्हणता येणार नाही,'' ते म्हणाले, ''माझ्या करिअरचे दोन टप्पे होते. २००१ सालानंतर माझ्या बाबतीत जे काही घडलं ते विचारात घेता, तुमचं म्हणणं बरोबर आहे. पण मी १९९१ साली परवान्यांसाठी बोली लावली होती, ही गोष्टही आपण विसरून चालणार नाही. २००१ साली, बीपीएल मोबाइल भारतातील सर्वांत मोठी ऑपरेटर बनली होती, तेसुद्धा मला कुणाही राजकारण्याकडं न जावं लागता अथवा एक पैसाही लाच न द्यावी लागता.''

आता शेवटचा, अपरिहार्य प्रश्न : दूरसंचार उद्योगानं राजीव यांच्यासारख्या हट्टी व स्वतःच्या मार्गावर विश्वास असणाऱ्या व्यक्तीच्या हाती त्यांच्या लढ्याची सूत्रं देण्यात चूक केली नाही का? यासाठी दूरसंचार क्षेत्रातले इतरही नवउद्योजक आहेत, जे कितीतरी जास्त वास्तववादी आहेत, जे सरकारशी योग्य प्रकारे व्यवहार ठरवू शकले असते.

सुरुवातीला ते या विधानांमुळं क्षुब्ध झाले.

"आम्ही कुणाच्या विरोधात होतो हे तुम्हाला माहीत आहे. आम्ही समजा 'क्ष' लाच देऊ केली असती, तर त्यांनी त्याच्या चौपट म्हणजे ४ X क्ष लाच देऊ केली असती. यातून आम्ही काहीही मार्ग काढू शकलो नसतो. आमच्यापुढं लढण्याव्यतिरिक्त दुसरा मार्गच नव्हता."

थँक गॉड! सुदैवानं, राजीव चंद्रशेखर यांचा संघर्षमय बिकट काळ एकदाचा सरला आहे. चार महिन्यांत त्यांचं सतरा किलो वजन घटलं आहे. त्यांनी भोजन व व्होडका कमी केलं, त्यांना 'लॅम्बॉर्यिनी'साठी जास्त वेळ देता आला, 'क्रीम रीयुनियन कन्सर्ट'साठी ते लंडनला गेले.

ते म्हणाले, "मला अजिबात खंत नाही, मी सुटलो!"

होय, खरंच ते एकदम मुक्त झाले आहेत.

■

देअर इज मोअर टू लाइफ

अझिम प्रेमजी

अध्यक्ष व व्यवस्थापकीय संचालक, विप्रो लिमिटेड

◆

अझिम प्रेमजींची मुलाखत मिळवणं सोपं नाही. ही प्रक्रिया सुरू होते विप्रोच्या जनसंपर्क विभागापासून, ते म्हणाले की, आम्ही तुमच्या विनंतीचा विचार करू. त्यानंतर त्यांनी प्रश्नावलीची मागणी केली. मला मुलाखतीत काय जाणून घ्यायचं आहे त्याची विचारणा झाली.

मी त्यांना उत्तर दिलं की, ते असं सांगता येणार नाही. या चरित्रात्मक लेखांमध्ये मी त्या उद्योगातील आकडेवारीच्या पलीकडं जाऊन संबंधित व्यक्तीचा माणूस म्हणून शोध घेण्याचा प्रयत्न करतो.

'ओ.के. ठीक आहे.' विप्रोच्या जनसंपर्क विभागाची पुन्हा ई-मेल आली. ''मी प्रेमजींना भेटू शकतो पण त्यांना आधी प्रश्न हवे आहेत कारण अझिम इज मच बेटर ऑन ई-मेल.''

मी प्रश्नांसाठी डोकं खाजवलं आणि सर्वसाधारणपणे त्यांना कुणीही विचारेल असे सगळे प्रश्न पाठवले. म्हणजे – या शतकाच्या वळणावर, भारतातील सर्वांत श्रीमंत व्यक्ती म्हणून तुम्हाला काय वाटतं? तुमच्याकडचे दुसऱ्या क्रमांकाचे सर्व जण का सोडून निघाले आहेत? तुम्ही स्वतःला गुजराती मानता का?

> ''मूल्ये पैशापेक्षा जास्त महत्त्वाची असतात या तत्त्वानुसार
> माझी जडणघडण झाली आहे.''

त्यावर विप्रोच्या जनसंपर्क विभागानं पुन्हा ई-मेल केली : फक्त एवढंच? आम्हाला वाटलं होतं की तुम्हाला प्रेमजींवर दीर्घ लेख करायचा आहे. पण तुम्ही तर फक्त सहा प्रश्न पाठवले आहेत.

मी पुन्हा स्पष्ट करून सांगितलं की, मला विप्रोच्या व्यावसायिक योजनेत काडीचाही रस नाही. माझा उद्देश आहे त्या व्यक्तीला जाणून घेणं.

त्यांना ते काही पटलं नाही पण आम्ही तडजोड केली. प्रेमजी माझ्या प्रश्नांना ई-मेलद्वारे प्रतिसाद देतील आणि त्यानंतर, आम्ही विप्रोच्या बेंगलोर येथील कॅम्पसमध्ये भोजनासाठी भेटायचं. हे भोजन मुख्यत्वे 'सोशल ऑकेजन' असेल, त्यांना भेटण्याची ...आणि कदाचित मूळ प्रश्नावलीमध्ये समाविष्ट न केलेले काही जादा प्रश्न विचारण्याची संधी असेल.

अशा प्रकारे मी बेंगलोरला गेलो. प्रेमजींचे एक साहाय्यक मला हॉटेलवर न्यायला येणार होते आणि मग खुद्द त्यांच्यासमवेत भोजनासाठी जायचं होतं. माझ्या प्रश्नावलीला काहीही प्रतिसाद आला नसल्यामुळं मी जरासा साशंकच होतो की, माझ्या पहिल्या प्रश्नांनाच काही उत्तरं मिळाली नाहीत, तर आता त्या संदर्भात मी पुढचे प्रश्न काय विचारणार?

मी विचार केला, कदाचित उत्तरं नंतर येतील. आत्ता फक्त भोजनाचा मस्तपैकी आस्वाद घ्यायचा. विप्रोची बेंगलोरमध्ये बरीच कार्यालयं आहेत. मी 'इलेक्ट्रॉनिक सिटी'मधलं इन्फोसिस कॅम्पसजवळचं एक कार्यालय पाहिलं आहे; पण प्रेमजी जिथं काम करतात ते स्थान 'इलेक्ट्रॉनिक सिटी'तल्या क्रोम आणि काचेच्या इमारतींपेक्षा निराळं आहे. हे स्थान शीतल व हिरवाईनं नटलेलं आहे आणि कदाचित पुन्हा निसर्गाकडं वळलेल्या बिगर सरकारी संस्थेचं मुख्य कार्यालय म्हणूनही त्याची रचना खास करून अशी बनवली असावी.

तिथं कॅफेटेरियालगतच एक छोटंसं खासगी भोजनगृह आहे. आम्ही याच ठिकाणी भेटणार होतो. मी तिथं पोहोचलो, माझ्या पाठोपाठ काही क्षणातच प्रेमजी अवतरले. ते छायाचित्रांत दिसतात तसेच वाटले... शांत, विचारी, खंबीर व्यक्ती आणि त्यांचं ठळक वैशिष्ट्य म्हणजे त्यांचे दाट सफेद केस. त्यांनी पांढरा शर्ट परिधान केला होता, त्याच्या डाव्या खिशावर 'विप्रो'चा 'लोगो' होता. आम्ही त्यांच्या भोजनगृहात असूनही ते बुजल्यासारखे व अतिशय अवघडल्यासारखे दिसत होते.

भोजन कशा प्रकारचं असणार आहे याची मला थोडीशी कल्पना होती. त्यांच्या जनसंपर्क विभागानं आधी फोन करून मी 'शाकाहारी आहे का' याची विचारणा केली होती. मी त्यांना सांगितलं की, मी सगळं काही खातो, त्यावर त्यांनी

'चायनीज' चालेल ना, म्हणून विचारलं होतं.

त्यामुळं वेटर्सनी स्वीट कॉर्न सूपचे 'बोल' आणलेले पाहून मला विशेष आश्चर्य वाटलं नाही. प्रेमजींनी संभाषणाचा थोडासा प्रयत्न केला. संभाषणाचा ओघ अपरिहार्यपणे, बेंगलोरच्या ढासळत्या पायाभूत संरचनेवर येऊन ठेपला. जे शहर एके काळी भारतातलं एक सर्वांत सुंदर शहर होतं, त्या शहरातल्या जीवनस्तराचा ऱ्हास मला किती भिववितो, त्याविषयी मी त्यांना सांगितलं.

प्रेमजीही या समस्येमुळं माझ्यासारखेच गांगरलेले दिसले.

"पण, मी गेल्या खेपेच्या अनुभवानंतर या विषयावर फारसं बोलायचं नाही असं ठरवलंय," ते म्हणाले.

काही वर्षांपूर्वी त्यांनी बेंगलोरकडं दुर्लक्ष केल्याबद्दल सरकारवर टीका केली होती आणि त्यामुळं राजकारण्यांच्या संतप्त प्रतिक्रियांना आमंत्रण मिळालं होतं.

"हे शहर फार वेगळं होतं." ते भूतकाळात डोकावत म्हणाले, "मला आम्ही लहान होतो तेव्हाचे दिवस आठवतात. त्या वेळी सुट्टीत आम्ही इथं येत असू. तेव्हा हे ठिकाण 'हिल स्टेशन' सारखं होतं. माझ्या वडिलांच्या एका मित्राची एमजी रोडवर सात एकर जागा होती, सगळं कसं हिरवंगार होतं. अगदी १९८० च्या दशकातसुद्धा हे ठिकाण राहायला फार छान होतं."

त्यांनी बालपणाचा विषय काढला आहे म्हटल्यावर मी विचार केला की, आता मुलाखतीला सुरुवात करता येईल. म्हणजे त्यांच्या पार्श्वभूमीपासून सुरुवात करावी... म्हणजे निदान या भोजन प्रपंचाला मुलाखत असं म्हणता तरी येईल!

'इन्फोसिस' व 'विप्रो' या दोन्ही माहिती-तंत्रज्ञानातील मातब्बर कंपन्या आहेत, पण त्यांच्या प्रवर्तकांची पार्श्वभूमी फारशी निराळी नाही. 'इन्फोसिस' ही कनिष्ठ मध्यमवर्गीय पार्श्वभूमीतील अभियंत्याची निर्मिती आहे, तर 'विप्रो'ची मूळं प्रेमजींच्या कौटुंबिक, खाद्य तेलाच्या व्यवसायात आहेत (या कंपनीचं मूळ नाव होतं 'वेस्टर्न इंडियन व्हेजिटेबल प्रॉडक्ट्स लिमिटेड'). अझिमनी स्टॅनफोर्डमध्ये इलेक्ट्रिकल इंजिनिअरिंगचा अभ्यासक्रम पूर्ण केला असला तरी ते नारायण मूर्ती व नंदन निलेकणी यांच्याप्रमाणे 'टेकी' म्हणजे तंत्रकुशल व्यक्ती नाहीत. उलट, ते उद्योगपती आहेत आणि विप्रो (माहिती-तंत्रज्ञानाखेरीज) ज्या इतर गोष्टींत सक्रिय आहे, त्याचा त्यांना अभिमान आहे. विप्रो ग्राहक सुविधा उद्योगातही आहे, ही कंपनी सुप्रसिद्ध 'संतूर' साबण बनवते. विप्रोचं यश पारंपरिक उद्योगात योग्य वेळी विकेंद्रीकरण करण्यात दडलेलं आहे.

"तुमचं कुटुंब किती श्रीमंत होतं?" मी प्रश्न केला, "तुम्हाला उमलत्या वयाच्या टप्प्यावर आपण श्रीमंत आहोत असं वाटायचं का?"

"वेल, आपण आरामात जगतोय एवढं मला कळत होतं." ते म्हणाले, "पण आपण श्रीमंत कुटुंबातले आहोत अशी जाणीव होण्यासारखं काहीही नव्हतं."

"तुमच्या घरी बऱ्याच गाड्या होत्या का?"

क्षणभर थांबून ते म्हणाले, "आमच्याकडं दोन गाड्या होत्या."

ज्या काळात बहुतांश मध्यमवर्गीय भारतीय कुटुंबांना एखादीसुद्धा गाडी परवडत नव्हती, त्या काळात ही सामान्य गोष्ट नव्हती, याची त्यांना जाणीव होती.

"...पण त्या भारतीय गाड्या होत्या, परदेशी नव्हत्या."

मी म्हणालो की, १९६० च्या दशकात तुमचं कुटुंब तुम्हाला उच्च शिक्षणासाठी अमेरिकेला पाठवण्याएवढं सधन होतं. त्यावरून तुमच्या श्रीमंतीची कल्पना येते.

"हो, पण मला एक गोष्ट आठवते, ती म्हणजे मला वर्षातून फक्त एकदाच भारतात येण्याची परवानगी होती, ही माझ्यासाठी खरंच फार मोठी गोष्ट होती. मी त्याकडं अगदी डोळे लावून असायचो."

"तुम्ही 'इकॉनॉमी क्लास'नं हवाई प्रवास करायचात का?"

"हो, नेहमी. माझी मुलंसुद्धा 'इकॉनॉमी क्लास'नंच प्रवास करतात.

यामागचा उद्देश काय?

"मूल्यं. मूल्यं पैशापेक्षा जास्त महत्त्वाची असतात या तत्त्वानुसार माझी जडणघडण झाली आहे."

प्राणिसंग्रहालयातील एक प्राणी

एव्हाना, सूपचे बोल बाजूला जाऊन आम्ही न्यूडल्सचा समाचार घेत होतो.

प्रेमजी खाण्यात मनापासून रस न घेता खात होते, मात्र सूप आलं त्यावेळपेक्षा आता ते बरेच सैलावलेले दिसत होते.

मी विचार केला, त्यांना प्रश्न विचारायची हीच चांगली वेळ आहे... असे प्रश्न की, ज्यांची उत्तरं जाणून घ्यावीत असं प्रत्येकाला वाटतं.

"सुमारे १० अब्ज डॉलर्सपेक्षाही अधिक संपत्तीचा धनी असणारा, भारतातील सर्वांत श्रीमंत माणूस बनल्यावर कसं वाटतं?"

"प्राणिसंग्रहालयातल्या एखाद्या प्राण्यासारखं," ते तुटकपणे म्हणाले.

"लोक फक्त माझ्या संपत्तीबद्दल बोलतात तेव्हा मला अतिशय वैताग येतो. कित्येक वर्षं, सगळ्या लेखांचा केंद्रबिंदू फक्त 'माझ्यापाशी किती पैसा आहे' हाच असायचा, जणू काही माझ्या जीवनात इतर कुठल्या गोष्टी नव्हत्याच."

मी म्हणालो, अजूनही लोक तेच करतात.

"आता ते कमी होत चाललंय. लक्ष्मी मित्तल माझ्यापेक्षा बरेच श्रीमंत आहेत हे मला फार छान वाटतंय." ते हसून म्हणाले, "आता अब्जाधीशांविषयीचे सर्व लेख मित्तल यांच्याविषयी असतात, त्यामुळं सुदैवानं माझी सुटका झालीय. मी मागच्याच आठवड्यात वाचलं की, लवकरच मुकेश अंबानीसुद्धा माझ्यापुढं जातील. यामुळं मला फार हायसं वाटतंय कारण मला माझ्या संपत्तीविषयीच्या प्रश्नांना उत्तरं देणं अजिबात आवडत नाही."

तुम्हाला असं अकस्मात जाणवलं होतं का की, 'ओह माय गॉड! आता मी भारतातला सर्वांत श्रीमंत माणूस झालोय?'

"नाही, ते क्रमाक्रमानं घडत गेलं, त्यामुळं मला त्याची फारशी जाणीव नव्हती, 'प्रेस'नं मला दररोज त्याची जाणीव करून देईपर्यंत मला ते फारसं जाणवलं नव्हतं. या प्रवासात एक मोठी झेप होती, ती माझ्या लक्षात आली. मात्र त्यानंतर सगळं क्रमाक्रमानं घडत गेलं."

मी त्यांना म्हणालो की, तुम्ही भरपूर श्रीमंत आहात असं मला वाटतं, कारण तुमच्याकडं 'विप्रो'ची तीन चतुर्थांश मालकी आहे. अशा वेळी तुम्हाला आपल्याकडच्या 'स्टॉक'पैकी काही भाग विकून ('इन्फोसिस'च्या प्रवर्तकांनी केलं त्याप्रमाणे) काही पैसे खुले करण्याचा मोह कधी झाला नाही का?

"मी ते पैसे घेऊन काय करणार होतो? तुम्ही फार पैसे रोख खर्च करू शकत नाही, त्यामुळं मला ते पैसे कशात तरी गुंतवावे लागले असते. आणि जर ते पैसे गुंतवायचेच तर ते 'विप्रो'तच का नाही ठेवायचे?"

"तुम्हाला आपण श्रीमंत आहोत असं वाटतं का?"

"मी लहान होतो तेव्हासुद्धा माझ्या घरचे लोक भरमसाट पैसे उधळणं किंवा डोळ्यावर येण्याजोगे खर्च करण्याच्या विरुद्ध होते. आम्ही सुट्टीसाठी बाहेरगावी गेलो तरी, ते ठिकाण महाबळेश्वर किंवा तत्सम ठिकाण असे. आम्ही परदेशवारी करत नसू. आजही माझी पैशांच्या बाबतीत तीच वृत्ती आहे."

धर्माचा खारीचा वाटा

बहुतेकशा श्रीमंत माणसांचं म्हणणं सारखंच असतं : म्हणजे, पैशाला महत्त्व नसतं; वगैरे वगैरे. (अर्थात, तुम्ही जर विजय मल्ल्यांची मुलाखत घेत असाल तर ते यातलं काहीही म्हणत नाहीत), पण प्रेमजींच्या संपत्तीचं महत्त्व म्हणजे ते एक प्रतीक आहे.

भारतीय धर्मनिरपेक्षतेचे टीकाकार वर्षानुवर्षं देशातील शेकडो मोठ्या कंपन्यांची यादी सादर करून आपल्याला दाखवून देतील की, यामध्ये मुस्लिमांच्या मालकीचं

एकही युनिट नव्हतं. अर्थात श्रीमंत मुस्लीम होते. खाद्यतेलांसारख्या उद्योगक्षेत्रात प्रेमजींच्या कुटुंबासारख्या गुजराती मुस्लिमांचं पारंपरिक अस्तित्व होतं, मात्र या क्षेत्राला एक प्रकारचं काचेचं छत होतं, जे कुणीही मुस्लिम व्यक्ती भेदून जाण्याची अपेक्षा करत नव्हती.

आता, प्रेमजींनी एका फटक्यात रुढीबद्ध शहाणपण मोडीत काढलं आहे. आता ते अत्यंत धनवान व्यक्ती तर आहेतच, शिवाय ते भारतातील सर्वांत श्रीमंत व्यक्ती आहेत. आपण केवढी उत्तुंग कामगिरी घडवली आहे, याची त्यांना जाणीव आहे का?

प्रेमजी त्यांच्या धर्मावर केंद्रित होणाऱ्या प्रश्नांमुळं अस्वस्थ झाल्याचं स्पष्ट कळत होतं. ते जरी शांत स्वरात उत्तरं देत असले तरी, मला त्यांच्या सूरातून वैतागलेपणा– आणि किंचितसा बचावात्मक पवित्रा – जाणवत होता.

''मी स्वत:ला मुस्लीम किंवा गुजराती असं किंवा भारतीय नागरिक सोडून इतर कुणीही कधीही मानलं नाही.'' ते म्हणाले.

''म्हणजे तुम्हाला तुमचं यश हा भारतीय धर्मनिरपेक्षतेच्या सामर्थ्याचा पुरावा वाटत नाही?''

''तुम्हाला भारतीय धर्मनिरपेक्षतेचा पुरावा हवा असेल तर तुम्ही माझ्याकडे पाहण्याची गरज नाही.'' ते म्हणाले. ''तुम्ही या देशात सर्वोच्च स्थानी असणाऱ्या लोकांकडं नजर टाका. आपले राष्ट्रपती मुस्लीम आहेत. पंतप्रधान शीख आहेत. काँग्रेस अध्यक्षा जन्मानं रोमन कॅथलिक आहेत. विरोधी नेते हिंदू आहेत. अशासारखी परिस्थिती असणाऱ्या दुसऱ्या एखाद्या देशाची तुम्ही कल्पना तरी करू शकता का?''

''तुम्ही माझ्या प्रश्नाला बगल देताय?''

''नाही, मी तुम्हाला अगदी प्रामाणिकपणे सांगतो की, ज्या पद्धतीनं माझी जडणघडण झाली, त्यामध्ये माझ्या मनात हा हिंदू, मुस्लीम, शीख किंवा इतर कोणी असा विचार कधीही आला नाही. उदाहरणादाखल सांगायचं तर, मी शाळेत असताना हिंदू व मुस्लीम नावांची मुलं होती. आमच्यापैकी काही हिंदू असणार तर काही मुस्लीम ही गोष्ट उघड होती. पण असा विचार माझ्या मनात कधीही डोकावला नाही. आम्ही फक्त एकत्र वावरणारी शाळकरी मुलं होतो. आपण सर्व जण भारतीय आहोत, याच विचारात मी लहानाचा मोठा झालो.''

''तुम्हाला कधी कुठल्या प्रकारचा सापत्नभाव आढळला का? किंवा बहुसंख्य हिंदू असलेल्या देशात आपण मुस्लीम आहोत, असं कधी तुम्हाला जाणवलं का?''

''नाही, कधीही नाही. एकदाही नाही. खरं तर, सध्या हा फायद्याचाच मुद्दा बनत चाललाय.'' ते हसून म्हणाले.

या सूत्रावरून आम्ही अपरिहार्यपणे 'गुजरात' वर आलो. नरेंद्र मोदींची जनसंपर्क यंत्रणा विप्रो गुजरातमध्ये प्रचंड गुंतवणूक करणार असल्याचा डांगोरा पिटत आहे.

"त्याची स्तुती करणं त्यांना सोयीस्कर आहे." प्रेमजी हसून म्हणाले, "याचं कारण इतकंच की, मी मुस्लीम आहे."

"पण, गुजरात दंगलीनंतर तुम्ही मोदी सरकारवर कठोर टीका केली होती, हे खरं आहे ना?"

"मला प्रचंड धक्का बसला होता. मी भयानं गांगरून गेलो होतो." ते म्हणाले. "मी त्यानंतर अहमदाबादला गेलो होतो, तेव्हाही तिथं जातीय तणाव प्रचंड होता. प्रेसनं तिथल्या हिंसाचाराच्या व्याप्तीचं नेमकं वृत्त दिलं की नाही कोण जाणे. माझ्या मते, तिथली परिस्थिती प्रेसनं वर्णन केल्यापेक्षा जास्त वाईट होती."

"ही तुमची प्रतिक्रिया मुस्लीम म्हणून होती?"

"अजिबात नाही. माझी प्रतिक्रिया भारताचा नागरिक म्हणून होती, एक मनुष्यप्राणी म्हणून होती. कुणीही भारतीय, कुणीही व्यक्ती, त्यावेळचा विध्वंस व मनुष्यसंहार पाहून हादरली असती. त्यासाठी तुम्ही मुस्लीम असायची आवश्यकता नाही."

"आणि आता? आता तुम्ही मोदींशी जमवून घेतलंय का?"

"आम्ही गुजरातमध्ये बिझनेस करतोय, इतर महत्त्वाच्या बाजारपेठांत बिझनेस करतो त्याप्रमाणेच. त्याचा मोदींशी किंवा राजकारणाशी काडीमात्र संबंध नाही. पण, अर्थातच त्यांच्या दृष्टीनं याची स्तुती करणं फायद्याचं आहे."

"त्यामुळं..." ते काहीसे उपहासानं स्मित करत म्हणाले, "मुस्लीम असण्यामुळं तुम्हाला अधिक मान्यता लाभू शकते."

बहुपदरी प्रेमजी

वेटर्सनी नूडल्स व चिकनच्या बशा उचलून आमच्यासमोर फळांचे बोल्स आणून ठेवले. प्रेमजींनी फळाचं बोल परत पाठवून, फक्त थोडं आइस्क्रीम मागवलं.

आता ते बऱ्यापैकी सैलावले होते, त्यामुळं मी त्यांना तुम्ही एवढे बुजरे का? हा प्रश्न करू शकलो.

"बुजरा? तुम्हाला मी जर आत्ता बुजरा वाटत असेन." ते म्हणाले, "तर तुम्ही मला दहा वर्षांपूर्वी पाहायला हवं होतं. तेव्हापेक्षा माझं बुजरेपण आता बरंच कमी झालंय."

मी म्हणालो की, तुम्ही फक्त बुजरेच नाही तर अत्यंत सावधही वाटता.

"हो, मी फार सावध असतो." त्यांनी मान्य केलं.

“मी फारसा आत्मविश्वाससंपन्न नाही. मी महत्त्वाचे निर्णय घ्यायला खूप वेळ घेतो. मी कोणताही निर्णय घेण्याआधी गृहपाठ म्हणजेच पूर्वतयारी करतो.”

“यामुळंच तुम्ही मुख्य कार्यकारी अधिकारी पदावर विवेक पॉल यांची नेमणूक केलीत का? पॉल यांचा प्रसिद्धीप्रिय स्वभाव मितभाषी प्रेमजींसाठी सुयोग्य ठरला का?”

“नाही.” ते म्हणाले, “मी पॉल यांच्याकडं त्या दृष्टीनं कधीच पाहिलं नाही.”

“मी विवेकना कामावर नेमलं कारण अशोक (सूता) सोडून गेले होते, त्यामुळं आम्हाला त्यांच्या जागी कुणीतरी हवं होतं. मी स्वत:च त्या पदाची जबाबदारी घ्यायचा विचार करत होतो, पण मला त्या संदर्भात आत्मविश्वास नव्हता. आता माझ्यामध्ये तो आत्मविश्वास आला आहे आणि ‘विप्रो’ची ‘सेकंड लाइन’सुद्धा इतकी विकसित झाली आहे की, आता मी त्यांच्यावर बऱ्याच गोष्टी सोपवू शकतो. पण, त्यावेळी मात्र आम्हाला अशोक यांची जागा घेऊ शकेल अशा व्यक्तीची गरज होती.”

“पण विवेक पॉलच का?”

“कारण, त्यांच्यापाशी वैश्विक दृष्टिकोन होता आणि त्या वेळी कंपनी अशा टप्प्यावर होती की, आम्हाला असाच दृष्टिकोन असणाऱ्या व्यक्तीची गरज होती.”

“प्रेमजींसोबत काम करणं सोपं नाही असं म्हणणं योग्य ठरेल?”

“तुम्ही असं का म्हणता?” त्यांनी प्रतिप्रश्न केला.

कारण ते समजून घ्यायला अवघड प्रकारची व्यक्ती वाटतात. मी त्यांना तसं म्हणालो. सर्वप्रथम, त्यांचा सुप्रसिद्ध बुजरेपणा... त्यामुळं त्यांना जाणून घेणं अशक्यप्राय बनतं. त्यानंतरचा मुद्दा म्हणजे, त्यांची असीम बौद्धिक कुशाग्रता. भोजनादरम्यान, ते मला अत्यंत गुंतागुंतीचं व्यक्तित्व वाटले... एकाच वेळी अनेक पातळ्यांवर कार्यरत असलेले. ते प्रत्येक परिस्थितीचा सूक्ष्म भेद समजून घेतात आणि त्यांचं जवळपास प्रत्येक वाक्य इतकं विचारपूर्वक असतं की, ते खोडून काढणं अशक्य असतं. मला एका अर्थानं त्यांचा मेंदू कांद्यासारखा वाटतो – त्याचा एक पापुद्रा काढला की, त्याखाली दुसरा पापुद्रा असतो.

“मी स्वत:ला सरळमार्गी मनुष्य समजतो.” ते म्हणाले.

“माझी या मुद्द्यावर हरकत नाहीच.” मी म्हणालो.

उलट, त्यांना भेटल्यानंतर सुरुवातीचा बुजरेपणा लोपला की त्यांच्या व्यक्तित्वातून अस्सल प्रेमळपणा उत्सर्जित होताना पाहायला मिळतो. मात्र तरीही, त्यांचं व्यक्तित्व गुंतागुंतीचं व समजायला कठीण आहेच.

मला हॉटेलवर आणायला त्यांचा जो साहाय्यक आला होता, त्याच्याकडं

वळून ते म्हणाले, "त्याला विचारा. तो माझ्या निकट संपर्कात असतो. त्याला काय वाटतं विचारा."

त्या साहाय्यकानं मला सांगितलं की, "तुम्हाला प्रेमजींच्या अंतःप्रेरणेविषयी माहीत नाही. त्यांच्या कुशाग्र बुद्धिमत्तेबद्दल बोलून झालंय, पण त्यांचे बरेचसे निर्णय केवळ अंतःप्रेरणेवर आधारित असतात."

"कदाचित तसं असेलही." मी म्हणालो, "पण तुम्ही त्यांच्या इतके निकट असता, तुम्ही कधी त्यांना संयम सुटून संतापलेलं पाहिलंय का?"

त्यानं क्षणभर विचार करून सांगितलं, "नाही, कधीही नाही."

हे सामान्य लक्षण आहे? प्रत्येक जण कधी ना कधी कसल्यातरी जुगारात नक्कीच हरत असतो, विशेषतः जे अंतःप्रेरणेवर भिस्त ठेवून असतात, ते तर नक्कीच.

प्रेमजींनी मुद्दा समजून घेतला. "नाही." ते म्हणाले, "मी कार्यालयात असतो तेव्हा मी स्वतःवरील ताबा सुटू न देण्याबाबत अत्यंत दक्ष असतो, पण घरात तसं नसतं. तुम्ही माझ्या कुटुंबीयांना विचारा."

"म्हणजे तुम्ही घरी असता तेव्हा संतापता?"

"ओह् येस!"

"यावरून असं दिसतं की, तुम्ही कार्यालयात अत्यंत निग्रहानं संयम बाळगता, मात्र तुम्ही ते तितकंसं कबूल करत नाहीय."

त्यावर अझिम प्रेमजींनी फक्त स्मित केलं.

संग्राम

प्रेमजींच्या करिअरच्या ढोबळ रूपरेषा सुपरिचित आहेत. त्यांचे पिता हृदयविकाराच्या झटक्यानं निवर्तले. त्यानंतर प्रेमजींनी घरच्या उद्योगाची सूत्रं हाती घेतली. त्यांनी घरच्या 'व्हेजिटेबल ऑइल'च्या व्यवसायासोबत 'हायड्रॉलिक सिलिंडर्स'च्या उद्योगातही प्रवेश केला. त्यानंतर १९८० मध्ये, आयबीएमच्या भारतातून जाण्यामुळं या क्षेत्रात 'गॅप' निर्माण झाली आहे ही गोष्ट नेमकी हेरून त्यांनी माहिती-तंत्रज्ञान क्षेत्रात प्रवेश केला. जीई, ब्रिटिश टेलिकॉम व एसर अशा कंपन्यांबरोबर संयुक्त उपक्रमांची (joint ventures) मालिकाच सुरू केल्यामुळं विप्रोला नव्या, ताज्या उपक्रमांमध्ये प्रवेश मिळाला.

मात्र, प्रेमजींनी 'इन्फोसिस'पेक्षा निराळी वाट तुडवली – 'इन्फोसिस'नंही आयबीएमच्या जाण्यामुळं निर्माण झालेली 'गॅप' भरून काढण्याचा प्रयत्न केला. प्रेमजींनी ग्राहकोपयोगी उत्पादनं व कॉल सेंटर्स यांसह इतर उद्योगही विकसित केले. प्रेमजी माहिती-तंत्रज्ञान उद्योगावर वर्चस्व गाजवणाऱ्या अभियंत्यांपेक्षा निराळे आहेत.

ते हाडाचे उद्योजक आहेत... माहिती-तंत्रज्ञान विभागाइतकाच साबण उद्योगही गांभीर्यानं घेणारे उद्योजक.

"तुम्हाला इतक्या बहुविध क्षेत्रांत यश लाभलं, ते कोणकोणत्या घटकांमुळं?"

यातील पहिला घटक म्हणजे – ते अत्यंत व्यवहारदक्ष आहेत.

"तुमच्या मनात एखादी कल्पना रुजू शकते पण त्यानंतर ती प्रत्यक्षात उतरू शकत नाही ही गोष्टच मला पटत नाही." ते म्हणाले, "विवेक इथं असतानासुद्धा मी अत्यंत व्यवहारदक्ष होतो."

दुसरा घटक म्हणजे – ते लोकांना सबल बनवतात.

"मला उद्योगपती निर्माण करायला आवडतं." ते म्हणाले.

"मी लोकांना स्वतंत्र विभाग – तो विभाग हा त्यांचा स्वत:चाच बिझनेस आहे अशा पद्धतीनं चालवण्यास प्रोत्साहन देतो. ही पद्धत चांगली ठरते कारण त्याद्वारे त्यांना प्रेरणा मिळते; पण ही पद्धत वाईटही ठरते कारण जेव्हा या लोकांची दुसऱ्या विभागात बदली व्हायची वेळ येते, त्या वेळी हे लोक जायला नाखूष असतात कारण तोवर त्यांची आपापल्या विभागांशी अतिशय दृढ भावनिक गोवणूक झालेली असते."

आणि अखेरचा घटक म्हणजे त्यांची 'साशंक सावध दक्षता'.

ते म्हणतात की, तुमचे स्पर्धक तुम्ही त्यांना जेवढं श्रेय देता त्यापेक्षा नेहमी अधिक चांगली कामगिरी करतात, ही गोष्ट मी जाणून आहे.

यावरून ओघानंच प्रश्न आला, "ही इन्फोसिसशी खरी स्पर्धा आहे की ही केवळ प्रसारमाध्यमांनी दिलेली अतिशयोक्त प्रसिद्धी आहे?"

"ओह्, हे खरं आहे." ते मनापासून म्हणाले. "आत्ता ते आमच्यापेक्षा जलद गतीनं प्रगती करत आहेत. बट लेट्स वेट ॲन्ड वॉच."

जनसंपर्काचे धडे

आमचं भोजन झालं, एव्हाना प्रेमजी कशावरही चर्चा करायला तयार होते. पण दु:खाची बाब म्हणजे मला दिलेली वेळ संपली होती. त्यांना इतर पूर्वनियोजित भेटी होत्या.

मला शैक्षणिक क्षेत्रातील त्यांच्या कार्याबद्दल बरंच विचारायचं होतं. ते त्यांच्या संपत्तीतील कोट्यवधी रुपये ग्रामीण शिक्षणावर खर्च करतात कारण, शिक्षण हेच भारताच्या समस्यांवरचं एकमात्र खरंखुरं उत्तर आहे असा त्यांना विश्वास आहे. पण, त्यासाठी मला पुढच्या भेटीपर्यंत प्रतिक्षा करावी लागेल.

मी मुंबईला परत आलो आणि विप्रोच्या जनसंपर्क विभागाकडून लेखी प्रश्नावलीच्या प्रतिसादाची वाट पाहू लागलो : 'अझिम इज सो मच बेटर ऑन ई-मेल, आठवतंय?

मात्र शनिवार दुपारपर्यंत प्रश्नांची उत्तरं आली नाहीत. आता 'डेडलाइन' गाठणं अत्यावश्यक असल्यामुळं मी आणखी वाट पाहायला नको असा निर्णय घेतला. हा खासगीपण जपणारा व अत्यंत सावध माणूस 'तयार' उत्तरांतून कितपत समजेल याबद्दल मला शंका आहे.

पण मला त्यांना पुन्हा भेटायला आवडेल. कांद्याचे सगळे पापुद्रे सोलून झाले की मगच त्याचा खरा गाभा दिसू शकतो.

■

भारतातील दूरचित्रवाणीचे जेते

सुभाष चंद्रा

अध्यक्ष, झी टेलिफिल्म्स व एस्सेल समूह

✦

"तुम्ही कपाळावरची ही पांढरी बट मुद्दाम तशी ठेवली आहे का? मी सुभाष चंद्रांना विचारलं, "का फॅशन म्हणून ठेवलीय?"

"तुम्ही ज्यांच्या कृपाछत्राखाली रशियन तांदूळ व्यवहारात कोट्यवधी रुपये कमवलेत त्या इंदिरा गांधींचं स्मरण तुम्हाला ही पांढरी बट करून देते का?"

सुभाष चंद्रा हसले.

"तसं काही नाहीय," ते म्हणाले, "सुरुवातीला ती नैसर्गिकरीत्याच तशी झाली होती, पण आता मला हा 'लूक' आवडू लागला आहे."

या सफेद पांढ्र्या केसांच्या झुबक्याचं मूळ बरंच मागं, चंद्रांच्या संघर्षमय काळात आहे. त्यांच्या भागीदारानं अखेरच्या क्षणी माघार घेतली त्या वेळी ते कारखाना दीर्घ मुदतीच्या भाडेतत्त्वावर द्यायच्या विचारात होते.

"त्या वेळी इतका ताणतणाव होता की, एका रात्रीत माझी ही बट सफेद झाली. आणि ती सफेदच राहिली." ते सांगत होते.

पण आता? म्हणजे, आता ते केस रंगवून काळे करतात हे उघड आहे. मग आता एवढी एकुलती एक बट न रंगवता का ठेवली आहे?

"मी उद्योजक आहे. मी शून्यातून काहीतरी घडवू शकतो हे मला माहीत आहे."

कदाचित बऱ्याच उद्योगपतींना हा प्रश्न औद्धत्याचा वाटला असता. पण चंद्रांनी तसं मानलं नाही.

"एकदा मी केसांना डाय करायला गेलो, तेव्हा माझ्या केशरचनाकारानं सांगितलं की, एवढी बट पांढरी ठेवली तर चांगलं दिसेल. मग मीही त्याबद्दल विचार केला आणि त्याचं म्हणणं बरोबर आहे असं वाटलं."

या प्रसंगातून आपल्याला चंद्रांविषयी तीन गोष्टी कळतात. पहिली, त्यांना त्यांच्या 'स्टाइल'ची दखल घेतलेली आवडते. दुसरी, ते त्यांच्या केसांच्या डायविषयी चर्चा करण्याइतके निश्चिंत आहेत आणि तिसरी, त्यांना हे सगळं इतकं सरळ मिळालेलं नाही. त्यांच्या आयुष्यात अत्यंत खडतर काळ व विश्वास बसणार नाही इतके ताणाचे क्षण येऊन गेले आहेत.

उपजीविकेसाठी लष्कराला खाऊ घातले

आपण सुभाष चंद्रांना भारतीय व्यावसायिक दूरचित्रवाणी क्रांतीचे अब्जाधीश जनक म्हणून ओळखतो. त्यांच्या झी टीव्हीनं भारतीयांना दूरचित्रवाणीवरचं मनोरंजन म्हणजे काय, ते शिकवलं. त्यांच्या नंतर आलेल्या इतर सर्व व्यावसायिक हिंदी दूरचित्रवाहिन्यांवर कोणत्या ना कोणत्या प्रकारे 'झी'चा प्रभाव आहे.

आता ते प्रचंड श्रीमंत आहेत आणि त्यांचे चांगल्या लोकांशी संबंध आहेत, ही गोष्टही आपण जाणतो. त्यांना त्यांच्या एकूण संपत्तीविषयी विचारा, पहिल्यांदा ते हा प्रश्न उडवून लावतील; "पहिले एक कोटी मिळाले, की तुम्ही मोजणं बंद करता" असं म्हणून त्या प्रश्नाला बगल देतील. पण तुम्ही अधिक खोदून विचारलं तर ते कबूल करतील की, त्यांच्या कुटुंबाची एकूण संपत्ती सुमारे ५००० कोटी रुपये आहे.

या प्रश्नाप्रमाणंच, ते रुपर्ट मरडोक यांच्या जागतिक सामर्थ्याविरुद्ध यशस्वी लढा पुकारण्यासाठी उपयुक्त ठरलेल्या सूत्रांबद्दलही बोलणार नाहीत. पण याही बाबतीत तुम्ही अधिक खोदून विचारलंत तर ते या लढ्याविषयी बोलायला तयार होतील.

त्यांनी जेव्हा करिअरला प्रारंभ केला, त्या वेळी ते किती लहान होते, ही गोष्टच आपण ध्यानात घेत नाही. ते मारवाडी कुटुंबातले आहेत. त्यांचं कुटुंब चार पिढ्यांपासून जुन्या अविभक्त पंजाबमध्ये स्थायिक झालं आहे. त्यांनी धान्य व्यापाराला प्रारंभ केला आणि १९६६ साली, त्यांच्याकडं डाळीची एक गिरणी व कापसातून सरकी बाजूला करण्याची दोन यंत्रं म्हणजेच 'जिन' होती.

ही काही मोठी भरारी नव्हती, पण ठीक चाललं होतं. मात्र १९६७ सालापर्यंतच. त्यादरम्यान त्यांच्या वडिलांना कापसाच्या व्यापारात प्रचंड घाटा झाला आणि

उद्योगातली सगळी जमा संपली. त्यात भरीला, पुरवठादार व सावकारांची कर्जं होतीच.

त्या वेळी चंद्रा अवघे सतरा वर्षांचे होते. ते अभियांत्रिकी महाविद्यालयात पहिल्या वर्षात शिकत होते. त्यांच्या वडिलांनी त्यांचं शिक्षण बंद केलं आणि त्यांना सांगितलं की, तुला घरच्या उद्योगाला हातभार लावण्याचा काहीतरी मार्ग शोधावा लागेल.

हे सांगणं सोपं होतं, पण करणं त्यापेक्षा अवघड होतं. त्यांचं दिवाळं वाजलं होतं, माथ्यावर कर्जाचं ओझं होतं आणि सतरा वर्षांच्या मुलाजवळ आपल्या समस्यांची उत्तरं असतील याची त्यांच्या काकांना खात्री नव्हती.

ते भूतकाळात डोकावून सांगत होते, ‘‘आमच्याकडं कुठला उद्योग करायला भांडवल नव्हतं, त्यामुळं मी ज्या उद्योगात पदरचे पैसे घालावे लागणार नाहीत असा काहीतरी उद्योग शोधण्यासाठी झगडत होतो. सुदैवानं, माझी भेट ‘फूड कॉर्पोरेशन ऑफ इंडिया’च्या जिल्हा व्यवस्थापकांशी झाली. त्यांनी आमच्यासोबत व्यवसाय करायची तयारी दर्शवली.’’

लष्करात धान्य, डाळी व सुकामेवा यांची मोठी खरेदी होत असे. पण त्यांचे विलक्षण उच्च दर्जाचे मापदंड असत आणि ‘फूड कॉर्पोरेशन’ त्या स्तराचे मापदंड गाठण्यास असमर्थ होतं. मग चंद्रांनी कल्पना मांडली की, आम्ही त्या वस्तूंचा दर्जा उंचावतो (तांदुळाला पॉलिश करणं, बदाम स्वच्छ करणं, अशा प्रकारे) म्हणजे आपल्याला त्यांचे मापदंड गाठता येतील. या कल्पनेला ‘कॉर्पोरेशन’नं मान्यता दिली आणि त्यांचं कुटुंब पुन्हा बिझनेसमध्ये उतरलं. याला सुभाष चंद्रांनी पदरचा एक पैसाही न घालता मूल्यवर्धन करण्याचा शोधलेला मार्ग कारणीभूत ठरला.

‘‘तरीसुद्धा,’’ ते सांगत होते, ‘‘अजून आम्ही श्रीमंत झालो नव्हतोच. आम्ही अजूनही कर्जं फेडतच होतो. या व्यवसायावर चार कुटुंबांचा उदरनिर्वाह सुरू होता.’’

त्यानंतर, १९७३-७४ साली, भारतात विपुल पीक आलं आणि ‘फूड कॉर्पोरेशन’ला धान्यसाठ्यासाठी गुदामं कमी पडू लागली. त्यामुळं, गव्हाच्या राशी झाकण्यासाठी पॉलिथिनचे तंबू उभारणं हा एक मार्ग होता. ही संधी हेरून चंद्रांनी या उद्योगात प्रवेश केला. त्यांनी पॉलिथिनची शीट्स विकत घेऊन, त्याचे तंबू बनवले. या उद्योगात यश लाभल्यानंतर त्यांनी कृषी क्षेत्रातील रासायनिक कीटकनाशकांसाठी पॅकेजिंग सामग्री बनवण्याच्या उद्योगात प्रवेश केला.

१९७८ साली, त्यांनी रसायनांसाठी फ्युमिगेशन शीट्सच्या उत्पादनासाठी दिल्लीमध्ये एक जुना प्लँट भाड्यानं घेतला. त्या वेळी त्यांना वाटलं होतं की आपण कृषी क्षेत्रातून औद्योगिक क्षेत्रात स्थलांतर केलं आहे. पण प्रत्यक्षात मात्र,

त्यांचे या प्रकल्पात पैसे बुडाले. तरीसुद्धा त्यांनी चिकाटी न सोडता नवं तंत्रज्ञान आयात केलं आणि प्लॅस्टिक ट्यूब्ज बनवायला सुरुवात केली. या ट्यूब्ज 'टूथपेस्ट कन्टेनर' म्हणून धातूच्या ट्यूब्जची जागा घेऊ शकतील असा त्यांना विश्वास होता (आणि हा विश्वास अचूक ठरलाही). मात्र हा प्रयोग यशस्वी होण्यास वेळ लागला आणि या प्रक्रियेत पॅकेजिंग उद्योगात पैसे बुडत राहिले.

मात्र १९८१ साली, चंद्रांनी या अपयशांची चिंता करणं थांबवलं. त्यांनी भरपूर पैसे मिळवण्याचा नवा मार्ग शोधला होता. हा मार्ग धान्य व्यापाराशी संबंधितच होता.

धान्य व्यापाराद्वारे कमाई, मात्र या खेपेला रशियन लोकांसोबत व्यवहार

या टप्प्यावर सुभाष चंद्रांची व्यक्तिरेखा अकस्मात विलक्षण रूप घेऊ लागते. १९८५ साली, ते भरपूर श्रीमंत होते, ही गोष्ट आपण जाणतो. त्याचा रशियन लोकांशी व काँग्रेसशी संबंध होता, हेही आपण जाणतो. पण त्यांनी हे पैसे नेमके कसे मिळवले, ते आपल्याला माहीत नाही.

विशेष म्हणजे, चंद्रा या टप्प्याबद्दल अजिबात आडपडदा न बाळगता बोलतात. हे कसं साध्य झालं त्याविषयी सांगताना ते म्हणाले की : दरवर्षी रशिया भारतातून तांदुळाची प्रचंड प्रमाणात आयात करत असे. हा व्यवहार नेहमी सरकारच्या माध्यमातून होत असे. त्यासाठी सरकार त्यांच्या पसंतीचा तांदूळव्यापारी सुचवत असे.

१९८१ साली, इंदिरा गांधी सरकारनं रशियन लोकांना सुभाष चंद्रांशी व्यापार करायला सांगितलं. यातील पहिल्या व्यवहारात त्यांना कोट्यवधी रुपयांचा नफा झाला आणि ते तसं सांगत नसले तरी, यापैकी काही कोटी रुपये काँग्रेसला दिले गेले असल्याची शक्यता आहे. मात्र काहीही असलं तरी श्रीमती गांधी चंद्रांच्या कामगिरीवर इतक्या खुष होत्या की, त्यांच्या दुसऱ्या सत्रातील कार्यकालात दरवर्षी चंद्रांना रशियन तांदूळ व्यवहाराचा करार मिळाला.

त्यानंतर, राजीव गांधी सत्तेवर आल्यानंतर चंद्रांनी पहिल्या वर्षी हा व्यवहार केला; त्यानंतर, दुसऱ्या वर्षी त्यांनी सरकारच्या विनंतीनुसार पन्नास टक्के भागीदारी स्वीकारली. तिसऱ्या वर्षी, काँग्रेसकडं स्वत:ची माणसं होती, त्यामुळं चंद्रा बाहेर पडले.

या व्यवहारांमध्ये तुम्हाला किती पैसे मिळाले असं त्यांना विचारणं योग्य ठरेल का? माझ्या मनात आलं. कदाचित त्यापैकी काही रक्कम स्विस बँक खात्यात जमा झाली असेल... मला त्यांना अडचणीत टाकायचं नव्हतं.

"नाही, अजिबात नाही," चंद्रा म्हणाले. "आम्ही आमचा सर्व नफा कायदेशीररीत्या मिळवला आहे. त्याची आमच्या हिशोब वह्यात नोंद आहे. पुढं बऱ्याच वर्षांनी त्यांनी माझ्याविरुद्ध आयकर व फेरा चौकशीचा ससेमिरा लावला होता त्या वेळी कुणालाही या व्यवहारात काहीही बेकायदेशीर आढळलं नाही."

"मग तुम्हाला रशियन तांदूळ व्यवहारात खरोखर किती पैसे मिळाले?"

"खूप पैसे... चिक्कार पैसे मिळाले. जवळपास ७०-८० कोटी. आत्ता या पैशांची जेवढी किंमत आहे, त्यापेक्षा त्या काळी ती जास्त होती."

इतकी वर्षे औद्योगिक क्षेत्राच्या विविध विभागात कार्यरत असणारे चंद्रा कोट्यधीश बनले होते, पण त्यांना मिळालेला नफा औद्योगिक क्षेत्रातून अथवा पॅकेजिंगमधून मिळालेला नव्हता.

हा नफा मिळाला होता त्यांच्या रक्तात असलेल्या बिझनेसमधून म्हणजेच धान्य व्यापारातून.

मारवाडी संस्कार

तुमच्याजवळ रोख ८० कोटी रुपये असतील तर तुम्ही काय कराल? तुम्ही हे पैसे तुमच्या बिझनेसमध्येच घालाल किंवा गुंतवणुकीचे नवे पर्याय शोधाल.

चंद्रांनी या दोन्ही गोष्टी केल्या. पण सर्वप्रथम, त्यांनी त्यांच्या भावांवर विधिवत, पारंपरिक मारवाडी संस्कार केले – 'पानी में नमक डालना' नामक, शब्दशः पाण्यात मीठ घालण्याचा संस्कार. ते सांगत होते की, हा मारवाडी व्यापारी समाजातला पवित्र शपथ संस्कार आहे. या संस्कारादरम्यान तुम्ही एखादी गोष्ट करायचं कबूल केलंत की, तुम्ही कधीही त्यापासून माघार घेऊ शकत नाही.

या संस्कारादरम्यानची शपथ होती : आजपासून कुटुंब पूर्णतः कायदेशीरपणे वागेल. ज्यामध्ये अप्रामाणिकपणा असेल असा कोणताही बिझनेस करणार नाही. उलट, ते प्रत्येक गोष्ट नियमांनुसार करतील.

या प्रयत्नाचा भाग म्हणून त्यांनी एस्सेल पॅकेजिंग प्रकल्प सुरू केला आणि गुरगावमध्ये ८०० एकर जागा खरेदीसह मालमत्तेमध्ये प्रचंड मोठी गुंतवणूक केली – दिल्लीचा जसजसा विस्तार होईल तसतसं गुरगाव हे विकासक्षेत्र बनेल, ही गोष्ट सुभाष चंद्रांनी दूरदर्शीपणे हेरली होती.

"मला वाटतं, आम्ही त्या काळात जे निर्णय घेतले ते आमच्या फायद्याचे ठरले." ते म्हणाले. "सध्या एस्सेल पॅकेजिंगचे आठ देशांत बारा प्रकल्प आहेत. आम्ही गुरगावमध्ये 'एस्सेल टॉवर्स' विकसित करत आहोत. आम्ही मुंबईत खरेदी केलेल्या जागेची किंमत जबरदस्त वाढली. आम्ही त्यापैकी काही भागात 'एस्सेल वर्ल्ड' उभारलं. पण, आम्ही केलेली सर्वोत्तम गोष्ट म्हणजे – 'पानी में नमक

डालना.' त्यामुळं अनेक सरकारांनी माझी चौकशी करण्याचा प्रयत्न केला, पण त्यांना काहीही आढळलं नाही कारण माझ्याजवळ लपवण्यासारखं काहीही नाही.''

या निर्णयांपैकीच एक निर्णय म्हणजे 'झी टीव्ही'ची निर्मिती. १९८९-९० साली चंद्रांनी एक प्रकारची भारतीय डिस्नेलँड म्हणून 'एस्सेल वर्ल्ड'ची निर्मिती केली. मात्र, त्यांच्या अंदाजाप्रमाणे याला यश मिळालं नाही, तेव्हा ते उद्ध्वस्त झाले. ग्राहक सर्वेक्षणातून ते या निष्कर्षाप्रत आले की, लोकांना मनोरंजन हवं असलं तरी ते या मनोरंजनासाठी दोन तास गाडी हाकायला तयार नसतात.

''बिझनेसच्या दृष्टिकोनातून यातील महत्त्वाचा मुद्दा असा होता की, लोक जर तुमच्या मनोरंजन स्थळापर्यंत येणार नसतील तर तुम्ही मनोरंजन त्यांच्यापर्यंत नेऊन पोचवलं पाहिजे.'' ते म्हणाले. ''त्या काळी व्हिडिओ ही फार मोठी गोष्ट होती. त्यामुळं मी सुसज्ज व्हिडिओ व्हॅन्स सुरू करण्याची योजना आखली. या व्हॅन्स खेडोपाडी पाठवून, शुल्क आकारून लोकांना व्हिडिओ दाखवणार होत्या.''

गतकाळात डोकावून पाहता, ही काही महान कल्पना वगैरे नव्हती, पण त्यामुळं चंद्रा व्हिडिओ व टीव्ही या माध्यमाकडं वळले. दुसरी कल्पना होती, भारतीय सीमेलगत (बहुधा नेपाळमध्ये) भू-दूरचित्रवाणी केंद्र चालविणे आणि देशभरात कार्यक्रम प्रसारित करणे. पण या प्रसारणाच्या मर्यादा त्यांच्या ध्यानात आल्यानंतर ही कल्पनाही बारगळली : कारण हे प्रसारण यातील कोणत्याही प्रमुख भारतीय शहरात पोचणार नव्हतं.

त्यानंतर, १९९१ साली, आखाती युद्धादरम्यान सीएनएन पाहत असताना एकदम त्यांच्या मनात आलं की, आपण भारतात कार्यक्रमांचं प्रसारण करण्यासाठी या नव्या उपग्रह तंत्रज्ञानाचा वापर करू शकतो!

क्षितिजावरचा तारा – 'स्टार'

धान्य व्यापारात भक्कम मिळकत केलेल्या आणि टूथपेस्ट ट्यूब्जच्या उत्पादनाचा औद्योगिक अनुभव गाठीशी असणाऱ्या धनाढ्य भारतीयाचा आंतरराष्ट्रीय दूरचित्रवाहिनी उद्योगात प्रवेश कसा झाला?

चंद्रांना या उद्योगाविषयी काही माहिती नव्हती; पण त्यांना त्याबद्दल जाणून घ्यायचं होतं.

त्यांनी 'एशियासॅट' बद्दल ऐकलं होतं. ते या कंपनीच्या चीफ एक्झिक्युटिव्हला गाठण्याचा प्रयत्न करत होते. अखेर, १९९१ सालच्या नाताळमध्ये हा माणूस कॅनडात सुट्टीसाठी आला होता, तेव्हा चंद्रांनी त्याला गाठलं. एशियासॅटच्या बॉसनं चंद्रांना सांगितलं की, आम्ही आमचे सगळे ट्रान्स्पॉन्डर्स एका नव्या कंपनीला दीर्घ

मुदतीच्या भाडेतत्त्वावर दिले आहेत. या नव्या कंपनीचं नाव होतं 'सॅटेलाइट टेलिव्हिजन एशियन रिजन', म्हणजेच संक्षिप्त रूपात सांगायचं तर एस-टी-ए-आर - स्टार.

चंद्रांनी हाँगकाँगमधल्या 'स्टार'च्या मुख्य केंद्रामध्ये पुन:पुन्हा संपर्क साधला; पण ज्युनिअर एक्झिक्युटिव्हजपेक्षा वरच्या स्तराच्या व्यक्तीपर्यंत पोचताच येत नव्हतं. अखेर, चंद्रांच्या चिकाटीला फळ आलं... केवळ त्यामुळंच त्या लोकांनी चंद्रांची रिचर्ड ली – 'स्टार'चे मालक ली का शिंग यांचे सुपुत्र – यांच्याशी भेट घडवण्याचं मान्य केलं. मात्र ही भेट सुखद ठरली नाही.

"आम्ही सर्व जण एका दालनात बसलो होतो, बराच वेळ प्रतिक्षा केल्यानंतर रिचर्ड ली आले," चंद्रा सांगत होते, "त्यांच्या एक्झिक्युटिव्हज्नी त्यांना सांगितलं की आम्हाला भारतीय दूरचित्रवाहिनी सुरू करण्यात रस आहे. हे ऐकताच रिचर्ड चित्कारले, 'भारत! भारतात पैसा नाही. मला भारतात अजिबात इंटरेस्ट नाही."

मी चाटच पडलो, पण संयम अजिबात ढळू दिला नाही."

त्यानंतर धाकट्या लींनी चंद्रांना विचारलं, "तुम्ही या ट्रान्स्पॉन्डरसाठी किती पैसे द्याल? मला तुमच्यासोबत संयुक्त उपक्रम नकोय, त्यामुळं तुम्ही स्वत:च्या बळावर ट्रान्स्पॉन्डर घेऊ शकता."

चंद्रांनी सांगितलं की, स्टार एक्झिक्युटिव्हज् सोबत १२ लाख डॉलर्स इतकी किंमत ठरली आहे.

"नॉट इनफ." रिचर्ड ली म्हणाले.

"त्या क्षणी माझ्या मनात एकदम काय आलं कोण जाणे." चंद्रा गतस्मृतीत हरवत म्हणाले, "मी उभा राहिलो आणि त्यांना म्हणालो की, मी ५० लाख डॉलर्सला घेतो. या व्यवहाराची मुदत फक्त चोवीस तासांची होती."

ही एखादी काल्पनिक कहाणी असती तर लींनी या प्रस्तावाला तिथल्या तिथं होकार दिला असता आणि चंद्रांना ट्रान्स्पॉन्डर मिळाला असता. पण वास्तव जीवनात असं कधीच घडत नाही.

रिचर्ड ली चंद्रांचं बोलणं गांभीर्यानं न घेता बैठकीतून बाहेर पडले.

रुपर्ट मरडोक यांचा प्रवेश

दरम्यान, 'स्टार'नं त्यांच्या या संभाव्य भारतीय भागीदारांबाबत सामर्थ्यासंदर्भात सल्ला घेण्यासाठी मर्चंट बँकरची नेमणूक केली. प्रसारमाध्यम क्षेत्रात काहीही ओळख नसलेल्या चंद्रांना बँकर तुच्छ समजत होता. त्यानं 'स्टार'ला प्रमुख भारतीय वृत्तपत्र समूहांशी बोलणी करायला पाठवलं. पण, त्यांच्यापैकी कुणीच चंद्रांइतकी रक्कम द्यायला तयार नव्हतं. अखेर, २१ मे १९९२ रोजी रिचर्ड ली

भारतात आले. त्या वेळी त्यांना एस्सेल पॅकेजिंग कारखाना दाखवायला नेलं; एस्सेल लीव्हर्स, प्रॉक्टर अ‍ॅन्ड गॅम्बल व इतर आंतरराष्ट्रीय कंपन्यांना माल पुरवते ही गोष्ट त्यांच्या लक्षात आणून दिली. अखेर त्यांची चंद्राविषयीची साशंकता दूर झाली.

आणि झी टीव्हीचा जन्म झाला.

चंद्रांची मूळ व्यावसायिक योजना ९० कोटी रुपयांचे व्हिडिओ जाहिरात मार्केट मिळवणं ही होती. ही रक्कम कोणत्याच मापदंडानुसार फार मोठी रक्कम नसल्यामुळं त्यांनी स्वस्त कार्यक्रमांवर लक्ष एकवटलं.

''त्या काळी.'' ते सांगत होते, ''आमचा कार्यक्रमांचा दर ताशी ३० हजार रुपये होता. अगदी आमचा 'सॉंपसीडी' सारखा महत्त्वाकांक्षी उपक्रमसुद्धा आम्ही यूटीव्ही कडून प्रत्येक भागाला ५५ हजार रुपये देऊन करून घेत होतो.''

कमी खर्चात कार्यक्रम तयार करण्याचं हे समीकरण एकदम यशस्वी ठरलं आणि 'झी' लाही झटपट यश मिळालं. त्यामुळं, दूरदर्शनपेक्षाही दूरचित्रवाणीवर बरंच काही असतं हे भारतीयांच्या ध्यानात आलं. त्यानंतर काही अनपेक्षित गोष्टींचा तडाखा बसल्यानं चंद्रांनी नव्या वाहिन्या आणण्याची योजना आखली.

ऑक्टोबर १९९३ मध्ये, ली का शिंग यांनी 'स्टार' रुपर्ट मरडोक यांना विकली.

चंद्रांच्या म्हणण्यानुसार, मरडोक यांच्यापाशीसुद्धा भारतासाठी अगदी अत्यल्प वेळ होता – त्या काळी प्रत्येक जण चीनी बाजारपेठेवर लक्ष केंद्रित करत होता. ज्या वेळी त्यांच्या ध्यानात आलं की, स्टार ज्या वीस दशलक्ष घरांत पोचल्याचा दावा करत होतं, त्यातली बारा दशलक्ष भारतीय घरं होती आणि ती काही 'स्टार टीव्ही होम्स' नव्हती. ते झी टीव्ही चे ग्राहक (subscribers) होते, त्या वेळी त्यांनी 'झी' कडं गांभीर्यानं पाहायला सुरुवात केली.

अशा प्रकारे, चंद्रांना मरडोक यांचं बोलावणं आलं. ही एका गुंतागुंतीच्या नातेसंबंधाची सुरुवात होती.

निर्णायक लढाई

मरडोकना भागीदार नको असतात, त्यामुळं त्यांनी जेव्हा 'झी'च्या यशस्वितेबद्दल ऐकलं तेव्हा त्यांचा पहिला प्रतिसाद होता – ही वाहिनी खरेदी करण्याचा प्रयत्न करणं. चंद्रांनी त्याला नकार दिला, पण या दोन माणसांचं एकमेकांशी पटेल असं दिसत होतं, त्यामुळं 'झी'नं मरडोक यांची पहिली भारतवारी आयोजित केली.

त्यानंतर, चंद्रा व मरडोक यांनी संयुक्त उपक्रमांची मालिका सुरू केली. मरडोकनी 'एशिया टुडे'ची ४९ टक्के मालकी मिळवली. 'एशिया टुडे' या सुभाष चंद्रांच्या कंपनीनं ट्रान्स्पॉन्डर भाड्यानं घेतला होता. स्टार व झी यांनी एकत्र येऊन 'झी सिनेमा' सुरू केलं आणि मरडोक चंद्रांच्या 'सिटीकेबल' या उपक्रमातले गुंतवणूकदार बनले. चंद्रांनी उर्वरित 'एशिया टुडे'च्या खरेदीसाठी ५०० दशलक्ष डॉलर्सचा प्रस्ताव नाकारला, पण त्यांचे संबंध मित्रत्वाचे राहिले होते.

मग समस्या केव्हापासून उद्‌भवल्या?

चंद्रांच्या मते, १९९६ साली 'स्टार प्लस'च्या भारतीयकरणानंतर तणावाला सुरुवात झाली. त्यांनी मरडोक यांच्याशी जो मूळ करार केला होता त्यानुसार स्टारनं स्वत:ची हिंदी वाहिनी सुरू करायची नव्हती. मात्र 'स्टार प्लस'नं हिंदी बाजारात प्रवेश केला तेव्हा चंद्रांनी लंडनमध्ये स्टारवर दावा दाखल केला.

त्यानंतर जणू निर्णायक लढाईच सुरू झाली. मरडोक यांच्या एक्झिक्युटिव्हज्‌नी ठासून सांगितलं की, चंद्रांनी स्टारचं अस्तित्व मुश्किल करण्यासाठी सगळे दोर आवळले आहेत. त्यांच्या व्यवस्थापकांवर – त्यापैकी बरेच जण माजी सरकारी कर्मचारी होते – ते सरकारी नोकरीतून बाहेर पडल्यावर बराच काळ खासगी नोकरी करू शकत नाहीत या मुद्याच्या आधारे राजीनाम्यासाठी दबाव येत होता. न्यायालयानं 'स्टार मूव्हिज' वाहिनीच्या प्रसारणासंदर्भात अश्लीलतेच्या आरोपाखाली मरडोक यांच्या अटकेसाठी वॉरंटसुद्धा जारी केलं होतं.

अखेर, १९९८ साली झी व स्टार यांनी लंडनमधील खटला मिटवला. त्यांनी परस्परांशी असणारे सगळे संबंध तोडले. चंद्रांनी मरडोक यांना त्यांच्या एशिया टुडे व सिटीकेबल मधील हिश्श्याचे १८० दशलक्ष डॉलर्स चुकते केले. १९९५ साली मरडोक यांनी 'एशिया टुडे'चं मूल्य सुमारे १,००० दशलक्ष डॉलर्स इतकं केलं होतं, ते पाहता चंद्रांना खूप मोठा विजय मिळाला असं वाटत होतं, पण मरडोकनी तो करारही रद्द केला – ज्यानुसार 'स्टार प्लस'नं हिंदीत उतरायचं नव्हतं.

त्या एकाच नकारानं, दीर्घ पल्ल्यामध्ये खऱ्या अर्थानं मरडोकच विजयी झाले आहेत यावर शिक्कामोर्तब झालं.

'रेटिंग्ज'चा खेळ

'स्टार इंडिया'नं त्यांना नव्यानं लाभलेल्या स्वातंत्र्याचा उपयोग संपूर्णत: हिंदी वाहिनीची योजना आखण्यासाठी केला. त्यामध्ये मध्यवर्ती योजना होती, अर्थातच, अमिताभ बच्चन यांच्या 'कौन बनेगा करोडपती' या कार्यक्रमाची. 'केबीसी'ला उदंड यश लाभलं त्या वेळी झीच्या कार्यक्रम निर्मात्यांना वाटत होतं की, ही यशाची अकस्मात उधाणलेली लाट आहे, पण ती ओसरेल. मात्र त्यांचा होरा चुकला. स्टार

प्लस केबीसीच्या विजयी अश्वावर हुशारीनं स्वार झालं होतं. एक टप्पा असा आला की, पन्नास आघाडीच्या कार्यक्रमात सर्वच्या सर्व पन्नास कार्यक्रम स्टार प्लसच्या मालिका होत्या.

''त्यामुळं आपण मरडोक यांच्याशी सुरू असलेल्या युद्धातून बाहेर पडण्यात चूक केली असं तुम्हाला वाटतं का? सध्या 'झी', 'स्टार प्लस'च्या बरंच मागं आहे, त्यावेळीच त्यांना हिंदी कार्यक्रमांपासून रोखलं असतं तर बरं झालं नसतं का?''

चंद्रा या मताशी सहमत नव्हते.

''होय, झी पुढं समस्या आहेत,'' त्यांनी मान्य केलं, ''आम्ही आत्मसंतुष्ट आणि तेच तेच करत राहिलो. आम्ही आमचे दर्शक जणू गृहित धरले. असं घडतं तेव्हा कुणीही तुम्हाला मात देऊ शकतं. हे स्टार प्लसकडून घडलं नसतं तर दुसऱ्या कुणाकडून तरी घडलं असतं.''

'झी'नं कार्यक्रमांसंदर्भातील समस्या जाणण्याचा प्रयत्न केला आहे. तीन वर्षांपूर्वी त्यांनी संपूर्णतः नव्या स्वरूपाचे कार्यक्रम सुरू केले. दुर्दैवानं त्यातल्या बहुतांश कार्यक्रमांचा कुठं मागमूसही राहिला नाही.

''ही आणखी एक चूक ठरली,'' चंद्रा म्हणाले, ''तुम्ही आता अधिक चांगले कार्यक्रम सुरू करणार आहात म्हणून तुम्ही अकस्मात तुमच्या सर्व मालिका बंद करून दर्शकांना असं सांगू शकत नाही की, तुम्ही मूर्ख म्हणून या मालिका पाहिल्यात. तोपर्यंत, निष्ठावंत दर्शक झीला 'संशयाचा फायदा' देऊ इच्छित होते. पण, ही जहाज बुडायला अखेरची काडी ठरली.''

मी त्यांना प्रसारमाध्यमांचा जो सर्वसामान्य समज आहे त्याबद्दल प्रश्न केला, तो म्हणजे झीचे कार्यक्रम अगदी निकृष्ट असतात कारण तुमची कार्यक्रमांसाठी पैसे खर्च करायची तयारी नसते.

ते या मुद्याशी असहमत होते.

'' 'टाइम बॉम्ब' चं उदाहरण घ्या.'' ते म्हणाले, ''आम्ही या मालिकेच्या प्रत्येक भागासाठी २५ लाख रुपये खर्च केले आहेत. कुणाजवळ एखादी उत्तम कल्पना असेल, तर त्याला प्रत्येक भागाला पन्नास लाख रुपयेसुद्धा मिळू शकतील. पण त्यानं मला 'रेटिंग्ज' मिळवून द्यायला हवीत.''

''जी 'टाइम बॉम्ब'नं दिली नाहीत.'' मी म्हणालो.

''हो.'' ते काहीशा दुःखानं म्हणाले.

या 'रेटिंग्ज'च्या युद्धात बहुतेकशा लोकांच्या लक्षात येत नाही की, इतर नेटवर्कस्प्रमाणे झी केवळ त्यांच्या आघाडीवरच्या एकाच वाहिनीवर अवलंबून नाही.

''आमच्या वीस वाहिन्या आहेत.'' चंद्रा म्हणाले, ''आणि त्यापैकी जवळपास सर्व वाहिन्या पैसे कमवतात. आपल्या महसुलापैकी २० टक्के महसूल झी टीव्ही देतो. आम्ही १०६ देशांत पोहोचलो असून तिथं सक्रियतेनं बाजारपेठ काबीज केली आहे. झीनं 'रेटिंग्ज' संदर्भात अधिक चांगली कामगिरी केली पाहिजे हे मला मान्य आहे; पण या मुद्यानं 'सोनी' किंवा 'स्टार'ला जितका फरक पडतो, तितका आम्हाला पडत नाही.

अधिकाधिक संधींच्या शोधात

''सध्या तुम्ही नेमकं काय करताय?''

''मी व्यवस्थापक नाही.'' ते तुटकपणे म्हणाले. ''त्यासाठी लागणारा संयम माझ्यापाशी नाही. मी उद्योजक आहे. मी शून्यातून काहीतरी घडवू शकतो हे मला माहीत आहे.''

आता, त्यांनी 'डीएनए'ची निर्मिती केली आहे – असा विषय की जो मुलाखतकार व मुलाखत देणारा या दोघांनाही अत्यंत सावध मार्गावर नेऊन ठेवतो.

''हे तुम्ही का करताय?'' मी विचारलं.

'' 'भास्कर'च्या मालकांशी आमचा जुना कौटुंबिक स्नेह आहे. आमचे सूर चांगले जुळतात. त्यांनी २००३ साली गुजरातमध्ये 'दिव्य भास्कर' सुरू केला, तेव्हा आमची भागीदारीसंबंधी चर्चा झाली. त्यानंतर, मुंबईत जोडीनं प्रवेश करण्याचं आम्ही मान्य केलं. ते छपाई व वितरण या बाजू सांभाळतील आणि आम्ही संपादकीय व मार्केटिंग या बाजू सांभाळायच्या असं ठरलं. पण मुंबईला येण्याचा निर्णय मात्र १७ फेब्रुवारी २००५ रोजी झाला. त्यादरम्यान 'हिंदुस्तान टाइम्स' ही सुरू होणार होता, त्यामुळं आम्हाला फार काळ थांबायचं नव्हतं.''

''डीएनए'ची पुढची योजना काय आहे?''

''आगामी दोन वर्षांत आणखी एक आवृत्ती काढणं, बहुधा दक्षिणेत.''

''आणि सुभाष चंद्रांची पुढची योजना काय आहे?''

''मल्टिप्लेक्सेस, आणखी वाहिन्या, अशाच प्रकारच्या. मी फक्त टीव्ही बिझनेसमध्ये नाही. मी मनोरंजन बिझनेसमध्ये आहे. त्यामुळं जसजशा अधिकाधिक संधी येतील, तसतशा मी त्या मिळवेन.''

मी त्यांना ओळखतो, त्यामुळं मला खात्री आहे की, ते नक्कीच या संधी मिळवतील.

■

'विलास' संस्थापक

बिक्की ओबेरॉय

उपाध्यक्ष व व्यवस्थापकीय संचालक, ईस्ट इंडिया हॉटेल्स

बिक्की ओबेरॉय यांच्याबद्दलच्या या तीन गोष्टी कदाचित तुम्हाला ठाऊक नसतील.

पहिली : आपण त्यांना राय बहादूर मोहन सिंग ओबेरॉय यांचे सुपुत्र म्हणूनच ओळखत असलो आणि त्यांची सळसळती अपरिमित ऊर्जा पाहत असलो तरी ते अवघे सत्त्याहत्तर वर्षांचे आहेत, म्हणजे अटलबिहारी वाजपेयींच्यापेक्षा दोन-एक वर्षांनी लहान.

दुसरी : ते अशा मोजक्या हॉटेल मालकांपैकी आहेत की, ज्यांचं त्यांच्या मालकीच्या मालमत्तेला नाव असतं. आता मि. शेरेटन नसतं, मि. रीजंट नसतं, मि. हयात नसतं आणि सीझर रिट्झ तर दशकानुदशकांपासून लुप्तच आहे. हिल्टनकडे थोडेफार समभाग आहेत, मि. मॅरियटही आहे, पण या दोन्हींच्या बाबतीत 'डाउनमार्केट' मालमत्ता, मोटेल्स व संस्थात्मक 'केटरिंग' हे मुद्दे अंतर्भूत आहेत. बिक्की हे या जवळपास नामशेष होऊ पाहणाऱ्या जातकुळीतले बहुतेक अखेरची व्यक्ती असावेत : आपल्या विलासी मालमत्तांना स्वतःचं नाव देणारे हॉटेल चालक.

आणि तिसरी : त्यांनी वयाच्या बत्तिसाव्या वर्षापर्यंत अजिबात काम केलं नव्हतं.

> "आम्ही सर्वोत्कृष्ट तोडीचा विलासी भारतीय हॉटेल 'ब्रँड' निर्माण केला आहे.''

या तिन्ही गोष्टींतली शेवटची गोष्ट लोकांच्या चेहऱ्यावर नेहमी मिष्किल छटा उमटवते.

वयाच्या तिशीपर्यंत खरंच त्यांनी अजिबात काम केलं नव्हतं?

"होय, हे खरं आहे," बिक्की ओबेरॉय जराशा बचावात्मक पवित्र्यात म्हणाले. "आणि मी ते खोडूनही काढणार नाही." ते म्हणाले.

वयाच्या बत्तिसाव्या वर्षापर्यंत काम न करणं हा बिक्की नामक विलक्षण व्यक्तिमत्त्वाचा अविभाज्य भाग असला तरी ते त्यांच्या वैयक्तिक जीवनाबद्दल क्वचितच मुलाखती देतात, त्यामुळं त्यांना याबद्दल विचारणं कुणाला शक्यच होत नाही. पण आता ते त्यांच्या खुशालचेंडू काळाबद्दल बोलायला तयार आहेत असं दिसताच, मी ही संधी घेतली.

"वयाच्या बत्तिसाव्या वर्षांपर्यंत तुम्ही नेमकं काय केलंत?"

त्यांनी माझ्याकडं 'ते करणं आवश्यकच होतं' अशा आविर्भावात कटाक्ष टाकला.

"वेल, मी भ्रमंती केली." ते म्हणाले. "मी बराच काळ लंडनमध्ये राहिलो. मी जग पाहिलं."

हळूहळू कथा समोर येऊ लागली. बिक्की विशीत होते त्यादरम्यान राय बहादूर यांनी चांगलंच नशीब घडवलं होतं आणि 'हॉटेल मालक' म्हणून उत्तमपैकी पाय रोवले होते. साहजिकच त्यांनी बिक्कींना लाडाकोडात वाढवलं. त्याचबरोबर, उत्तम हॉटेल-मालक व्हायचं तर जगातील सर्वोत्तम हॉटेल्सचा अनुभव असण्याचीही गरज आहे, ही गोष्टही त्यांनी जाणली होती. त्यांनी स्वत: भरपूर प्रवास केला होताच, शिवाय त्यांनी मुलाला जगातील सर्वोत्तम हॉटेल्सचा नमुना चाखू देण्याचं महत्त्वही ओळखलं होतं.

अशा प्रकारे, बिक्की लंडनमध्ये 'सॅव्हॉय' व 'क्लॅरिजेस'मध्ये राहिले; पॅरिसला जाऊन 'क्रिलॉन'मध्ये राहिले; न्यूयॉर्कमध्ये 'कॅरलिल' जणू त्यांचं निवासस्थानच बनलं; त्यांना रोममधलं 'हॅसलर' आवडलं. त्यांनी सर्वोत्तम उपाहारगृहांचा आस्वाद घेतला, सर्वोत्तम वारुणींची चव चाखली. १९५० व १९६०च्या दशकात ज्याला 'जेट सेट' म्हटलं जात असे, त्यामध्ये ते रमले होते.

राय बहादूरनी याची अजिबात काळजी केली नाही. उलट त्यांनी बिक्कींच्या भ्रमंतीला प्रोत्साहनच दिलं. उदाहरणादाखल सांगायचं तर, १९५६ साली ते अचानक बिक्कींना म्हणाले, "यू नो, मला वाटतं जपान युद्धातील पराभवानंतर सावरत आहे. तू तिथं जाऊन प्रत्यक्षच का बघून येत नाहीस?"

अशा प्रकारे बिक्की जपानला गेले.

अर्थातच त्या काळी जपानला जायचं तर कोलकाता ते टोकियो जंबो जेट धरलं की झालं अशी स्थिती नव्हती. त्यामुळं बिक्की प्रथम रंगूनला गेले. तिथं ते 'स्ट्रँड'मध्ये राहिले. तिथून त्यांनी बँकॉकला प्रयाण केलं. "तिथल्या विमानगृहाचं विमानतळ केलेलं होतं," ते तेव्हाची आठवण सांगताना म्हणाले. तिथं ते 'द ओरिएन्टल'मध्ये राहिले. बँकॉकहून ते सिंगापूरला गेले, तिथं 'रॅफल्स'मध्ये काही दिवस राहिले. त्यानंतर ते हाँगकाँगला गेले, तिथं 'पेनिन्सुला हॉटेल'मध्ये राहिले आणि त्यानंतर ते टोकियोला गेले. तिथं त्यांचं 'ओल्ड इम्पिरियल हॉटेल'मध्ये वास्तव्य होतं.

ते जपान पाहून फारच प्रभावित झाले होते. तिथं कुणीही माणूस 'टीप' घ्यायला नकार देत होता. 'अगदी तुम्ही त्याला जबरदस्तीनं घ्यायला लावण्याचा प्रयत्न केला तरीही.' ही गोष्ट त्यांच्या मनाला फार स्पर्शून गेली. १९६०च्या दशकापर्यंत हा देश पुन्हा भरारी घेऊन विशिष्ट स्थान मिळवेल असा त्यांचा होरा होता.

"त्या काळी जग किती निराळं होतं, त्याची मौज वाटते," ते म्हणाले, "बँकॉक छोटं गाव होतं. सिंगापूर छाप पडावी असं मुळीच नव्हतं. हाँगकाँग अद्याप व्यापारी राजधानी बनलं नव्हतं. या प्रवासात जी दोन शहरं पाहून मी सर्वाधिक प्रभावित झालो होतो ती म्हणजे – मी जिथून प्रवासाला सुरुवात केली ते कोलकाता व दुसरं रंगून. आजच्या युगात कुणाला याची कल्पना तरी करता येईल का?"

या सर्व भ्रमंतीची परिणती म्हणून बिक्की बहुधा देशातली सर्वांत 'सोफिस्टिकेटेड' व्यक्ती बनले असावेत. त्या वेळी त्यांचं वय होतं बत्तीस. त्या काळी भारतीयांनी परदेशी जाणं ही फारच बडी बाब मानली जात होती. पण बिक्की सर्व ठिकाणं पाहून आले होते. त्यांनी सगळ्या गोष्टी केल्या होत्या. आणि अद्याप ते उत्तमोत्तम हॉटेल्स कशी चालवायची ते शिकले नसले तरी, त्यांची मौज कशी लुटायची ते शिकले होते – तेसुद्धा अभ्यागताच्या दृष्टीकोनातून.

आंतरराष्ट्रीय मालमत्तांची कमाई

१९६० च्या दशकाच्या प्रारंभी, राय बहादूर भारतातील सर्वांत मोठे हॉटेल-मालक होते. त्यांच्या सिमला, दिल्ली (इम्पिरियल व मेडन्स), कोलकाता व पाकिस्तानातसुद्धा मालमत्ता होत्या. पण ते जागतिक शृंखलांचं युग होतं. कोनरॅड हिल्टन यांनी प्युअर्टो रिकोमध्ये हॉटेल सुरू केलं होतं आणि त्यानंतर त्यांनी संपूर्ण तिसऱ्या जगतात हॉटेल्स सुरू केली होती. 'पॅन ॲम' या अमेरिकेतील तेव्हाच्या अग्रगण्य हवाईसेवा देणाऱ्या कंपनीची स्वत:ची 'इंटरकॉन्टिनेन्टल' शृंखला होती आणि ते प्रत्येक राजधानीत हॉटेल उभारण्यास उत्सुक होते.

राय बहादूरनी एक आधुनिक पंचतारांकित हॉटेल सुरू करायचं ठरवलं. त्यादृष्टीनं त्यांनी दिल्ली गोल्फ कोर्सकडेच्या कित्येक एकर हिरव्यागार जागेत त्याची उभारणीही सुरू केली, पण त्या काळी परकीय चलन उपलब्ध नसल्यामुळं ते पूर्ण होऊ शकणार नाही ही गोष्ट त्यांना कळून चुकली.

यातून काही मार्ग काढण्यासाठी ते वॉशिंग्टनला गेले आणि भारताचे अमेरिकेतील तत्कालीन राजदूत बी. के. नेहरू यांना या संदर्भात साहाय्य करण्याची विचारणा केली. बी. के. नेहरूंच्या मनात एक कल्पना आली. ओबेरॉयना कुणी अमेरिकी भागीदार मिळाला तर त्यांना यूएस एक्झिम बँकेकडून स्वस्त अर्थसाहाय्य व पीएल ४८० निधींप्रत प्रवेश मिळू शकला असता. मग राय बहादूरनी ताबडतोब 'इंटरकॉन्टिनेन्टल'शी हातमिळवणी केली आणि १९६५ च्या शरदऋतूत त्यांनी 'ओबेरॉय इंटरकॉन्टिनेन्टल' चा प्रारंभ केला. हे आधुनिक आंतरराष्ट्रीय मालमत्तेच्या धर्तीवरचं पहिलं भारतीय हॉटेल होतं.

याच दरम्यान, बिक्की हळूहळू बिझनेसमध्ये लक्ष घालू लागले. 'इंटरकॉन्टिनेन्टल'च्या उभारणीत त्यांच्या संकल्पनांचाही वाटा होताच. त्यानंतर त्यांच्या वडिलांनी पुढचा भव्य प्रकल्प आखला – मुंबईत नरिमन पॉइंट येथे हॉटेल सुरू करण्याचा. या प्रकल्पाच्या आखणीमध्ये बिक्कींचा संपूर्ण सहभाग होता. हे हॉटेल म्हणजेच ओबेरॉय शेरेटन. (याही वेळी एक्झिम बँकेकडून अर्थसाहाय्य मिळण्यासाठी अमेरिकी भागीदाराची गरज होतीच.)

१९७० च्या दशकाच्या अखेरीस, दिल्ली व मद्रास येथे 'ताज' सुरू झालं असूनही ओबेरॉय ही भारतातील नि:संशय आघाडीची शृंखला होती. त्यांची मायभूमीत यशस्वी हॉटेल्स होतीच ('मुंबईतलं' हॉटेल म्हणजे तर जणू नोटा छापायचा परवानाच होता), त्या जोडीनं त्यांची परदेशातही हॉटेल्स होती :- इजिप्त, मध्यपूर्वेकडील देशांत, इतकंच नव्हे तर बालीतसुद्धा. इतर आंतरराष्ट्रीय शृंखलांनी तिथं प्रवेश करण्याच्या कितीतरी आधीपासूनच ओबेरॉय तिथं पोचले होते.

जसजशी ओबेरॉय हॉटेल्सची आंतरराष्ट्रीय शृंखला बनली, त्यांनी परदेशी भागीदारांशी हातमिळवणी केली, तसतसा बिक्कींचा प्रवास अधिकाधिक उपयुक्त वाटू लागला. दशकभराच्या कालावधीत आंतरराष्ट्रीय खुशालचेंडू जीवनाची परिणती – त्यांच्या वडिलांनी बहुधा ते गृहित धरलं असावं – संशोधन व विकासाचं अनमोल अनुभवसंचित प्राप्त होण्यात झाली.

हॉटेल व्यवसायाची खास बात हीच असते, त्यामध्ये तुम्ही मजा लुटू शकता... आणि ते अगदी महत्त्वाचं समजून करू शकता!

तुम्ही बिक्कींना ओबेरॉय समूहाबद्दल बोलताना ऐकलंत तर अजूनही ते त्यांच्या वडिलांना किती पूजनीय मानतात, ते तुमच्या ध्यानात येईल. विषय निघाला की ते सगळ्या जुन्या गोष्टी पुन्हा सांगतील – म्हणजे, राय बहादूरना कोलकात्यातलं 'ग्रँड' कसं मिळालं; १९४२ साली त्यांनी भारताच्या इतिहासात प्रथमच 'कॉर्पोरेट टेक ओव्हर'ची सुरुवात कशी केली; दुसऱ्या जागतिक महायुद्धादरम्यान त्यांनी भारतभर दौरा करून सर्व स्कॉच खरेदी केली होती कारण आता लवकरच टंचाई जाणवणार हे त्यांनी ओळखलं होतं इत्यादी. मात्र, ते ओबेरॉय समूहाच्या यशातील त्यांच्या भूमिकेला फारसं महत्त्व देणार नाहीत.

मात्र, बुजुर्ग ओबेरॉय यांच्याइतकेच बिक्कीही असामान्य कर्तबगार आहेत आणि आज 'ओबेरॉय' ही भारतातील सर्वोत्कृष्ट हॉटेल शृंखला बनण्यामागंही बिक्कीच आहेत, हे सत्य आहे.

१९८० च्या दशकाच्या मध्यापर्यंत, ओबेरॉय अजूनही मातब्बर खेळाडू होते. मात्र तोवर ते आघाडीच्या स्थानावर राहिले नव्हते. बहुतांश निकषांवर 'ताज' ओबेरॉयच्या पुढं होतं. 'ताज'ची दिल्लीत दोन हॉटेल्स होती, मुंबईत दोन, मद्रासमध्ये दोन, बेंगलोरमध्ये दोन हॉटेल्स होती, कोलकात्यात त्यांच्या एका हॉटेलचं काम सुरू होतं, राजस्थानात भव्य प्रासादात त्यांची हॉटेल्स होती, गोव्यात त्यांचं एक 'रिझॉर्ट कॉम्प्लेक्स' होतं. 'आयटीसी'ची नवी शृंखला झपाट्यानं घोडदौड करत होती - बिक्कींना आग्र्याच्या 'मुघल' या 'आयटीसी'च्या पहिल्या हॉटेलच्या आखणीत साहाय्य केलं होतं. या हॉटेलचं व्यवस्थापन ओबेरॉय बघणार होते, पण 'आयटीसी'च्या अजित हक्सर यांनी स्वत:ची शृंखला निर्माण करायचं ठरवलं.

बिक्कींजवळ ओबेरॉय शृंखला आणखी पुढं नेण्याची क्षमता होती. तोपर्यंत, सर्व जण – म्हणजे राय बहादूर, 'ताज'चे अजित केरकर, वगैरे – हिल्टन-शेरेटन शैलीची आंतरराष्ट्रीय हॉटेल्स उभारण्यात संतुष्ट होते.

पण, बिक्कींची भ्रमंती सुरूच होती. हॉटेल व्यवसाय बदललाय ही गोष्ट त्यांनी जाणली होती. एके काळी 'ग्रँड' हॉटेल्स व शृंखला हॉटेल्स एवढेच प्रकार होते, पण आता तिसरा प्रकारही उदयाला आला आहे, ही गोष्ट त्यांनी जाणली होती. तो प्रकार म्हणजे : 'अपमार्केट चेन हॉटेल'. हा प्रकार हिल्टन-शेरेटन प्रकाराच्या किमान एक पायरी वर (आणि खोल्यांच्या दरांच्याबाबतीत कित्येक डॉलर्सने जास्त) होता. या प्रकारात अधिक उच्च दर्जाचे ऐषाराम होते. या हॉटेल्सना त्यांच्या सेवेचा आणि ग्राहकाला तो कुणीतरी खास असल्याची अनुभूती देण्याचा सार्थ अभिमान होता. तिथं ग्राहकाला केवळ 'आणखी एक ग्राहक' अशी वागणूक दिली जात नसे.

१९८६ साली, बिक्कींनी जुन्या ओबेरॉय शेरेटनच्या (यातून शेरेटन बाजूला होऊन त्यांनी आयटीसीशी हातमिळवणी केल्यानंतर याचं 'ओबेरॉय टॉवर्स' असं

पुनर्नामकरण करण्यात आलं.) शेजारीच ओबेरॉय सुरू केलं आणि खेळाचे नियम पुन्हा नव्याने लिहिले.

त्या वेळी हॉटेलच्या संदर्भात माझी अशी धारणा होती की, त्यावर 'फार ईस्टर्न रीजन्ट' शृंखलेचा मोठा प्रभाव आहे आणि आता बिक्कींनीही अगदी खुलेपणे मान्य केलं की, 'रीजन्ट'चे संस्थापक बॉब बर्नस् त्यांचा स्फूर्तीस्रोत होते. 'ओबेरॉय'नी बटलर सर्व्हिस, सर्वांना मुक्त संचारास प्रतिबंध (हॉटेलच्या पाहुण्यांखेरीज इतरांना लॉबीमध्ये प्रवेश करू दिला जात नसे), ग्रॅनाईट आच्छादित जमीन (त्याबद्दल सांगताना ते म्हणाले, 'त्या वेळी आम्हाला परदेशी संगमरवर आयात करायला परवानगी न मिळाल्यामुळं ग्रॅनाईट...') आणि प्रचंड महागडं 'रोटिसरी उपाहारगृह या वैशिष्ट्यांसह सर्व भारतीय ऐषारामी हॉटेल्समध्ये नवनवे मापदंड निर्माण केले.

त्यानंतर, बिक्कींनी दिल्लीकडं लक्ष वळवलं. तिथं जुन्या 'ओबेरॉय इन्टरकॉन्टिनेन्टल'ला (आता ते फक्त 'ओबेरॉय' आहे) 'ताज'नं मात दिली होती. बिक्कींनी या हॉटेलला इतक्या उंचीवर नेलं की, 'ताज' बरंच मागं पडलं. या हॉटेलची इमारत रूपहीन होती – १९६० च्या दशकातली उंच, ठोकळेबाज इमारत... छोट्या छोट्या खोल्या – पण बिक्कींनी तिथल्या सार्वजनिक क्षेत्राचं नव्यानं सुशोभिकरण केलं, तिथं काही नव्या उपाहारगृहांची भर घातली आणि सेवेचा दर्जा इतक्या उंचीवर नेला, की ते दिल्लीतलं सर्वांत अभिरुचिसंपन्न देखणं हॉटेल बनलं व आजही आहे.

कोलकात्याच्या 'ग्रँड' सहित इतर हॉटेल्सनाही असाच परीसस्पर्श मिळाला आणि त्यांनी जेव्हा 'ओबेरॉय बेंगलोर' सारखी नवी शहरी हॉटेल्स सुरू केली तेव्हा त्यांची हॉटेल्स 'इंटरकॉन्टिनेन्टल' किंवा 'शेरेटन'पेक्षा 'रीजन्ट' वा 'फोर सीजन्स'च्या तोडीची असणार ही गोष्ट गृहितच धरली गेली.

१९९० च्या दशकाच्या प्रारंभी, बिक्की हॉटेल व्यवसायात 'लेजंड' बनले होते. त्यांचे टीकाकार ते आपल्या हॉटेल्सना भलत्याच उंचीवर नेत आहेत असं म्हणून नाक मुरडत होते, पण त्यांनी आता शब्द मागं घेतले आहेत. ज्या लोकांनी त्यांना कंपनी चालवण्याची चिकाटी नसलेला खुशालचेंडू तरुण या रूपात पाहिलं आहे त्यांचाही आता आ वासला कारण बिक्की कित्येक तास काम करत होते, त्यांनी स्वतःला या उद्योगात आकंठ बुडवून घेतलं होतं, तेसुद्धा व्यवहारी व्यवस्थापन शैलीद्वारे.

आता ते अशी हॉटेल्स उभारण्यास सज्ज झाले होते की ज्यायोगे त्यांचं स्मरण राहील.

परदेशीय रिझॉर्ट्स

बिक्कींनी जानेवारी २००६ मध्ये पहिलं 'विलास' हॉटेल कसं उभं राहिलं याची कथा सांगितली. त्या वेळी ते जयपूरमध्ये स्वत:साठी हवेलीच्या शोधात होते (अखेर त्यांनी 'नैला फोर्ट' विकत घेतला), त्या वेळी त्यांना 'रामबाग पॅलेस'मध्ये राहावं लागलं होतं. 'रामबाग पॅलेस' जयपूरच्या राजघराण्यापैकी काहींच्या मालकीचा होता. (मात्र, बिक्कींचे मित्र महाराजा भवानीसिंग यांचा नव्हता.)

''मी माझा नोकर, आचारी सोबत नेला होता. मी टॉयलेट पेपरसुद्धा सोबत नेला होता,'' बिक्की सांगत होते. तरीसुद्धा त्यांना रामबाग इतकं तिरस्करणीय वाटलं की, त्यांनी जयपूरमध्ये स्वत:चं हॉटेल उभारायचं ठरवलं. (खरं तर, त्यांनी 'रामबाग'चा नामोल्लेख केला नाही, पण ज्यांनी बिक्कींची कथा ऐकली असेल त्यांना ते कुठल्या हॉटेलबद्दल बोलतायत ते कळलं असेल.)

संपूर्ण कथा आणखी गुंतागुंतीची आहे. 'रिझॉर्ट' विभाग ही 'ओबेरॉय'च्या कार्यकर्तृत्व आलेखातली एक उणीव होती. ताज समूहानं राजस्थानमध्ये (रामबाग व लेक पॅलेस) तसंच गोव्यातही त्याचा प्रारंभ केला होता. पण, राय बहादूरनी शहरी हॉटेल्स उभारणीवर लक्ष केंद्रित केलं होतं – सर्वसाधारणपणे रिझॉर्टपेक्षा हा नफा मिळवण्याचा खात्रीचा स्रोत होता.

पण बिक्कींना मात्र रिझॉर्ट सुरू करायची होती, पण त्यांना फक्त जागतिक स्तरावरील सर्वोत्कृष्ट रिझॉर्ट्स उभारायची होती. त्यांना अमन रिझॉर्ट्सचं 'ॲड्रियन झेका' फार आवडलं होतं. त्यांच्या अतिपूर्वेकडील देशभ्रमंतीनं त्यांना भारतीय रिझॉर्ट्स किती हलक्या दर्जाची आहेत ते उमगलं होतं. त्यांच्या मनात जयपूरमध्ये एक प्रशस्त रिझॉर्ट उभारण्याची कल्पना होती. त्यांना या रिझॉर्टमध्ये त्यांच्या 'नैला फोर्ट'मधील सजावटीच्या कल्पना आणि बाली किंवा फुकेत मधल्या हॉटेलची मोहक अभिरुचिसंपन्नता यांचा सुंदर मिलाफ साधायचा होता. यासाठी त्यांनी जयपूर-आग्रा मार्गावर – मुख्य शहर व स्मारके यांपासून कित्येक मैलांवर – जमीन विकत घेतली तेव्हा समूहातल्या इतरांनी त्यांना वेड्यात काढलं होतं.

पण बिक्की स्वत:च्या कल्पनेवर ठाम होते. त्यांनी बाली-शैलीचं 'विलास' बांधण्यासाठी पूर्व आशियातील अनुभव असणाऱ्या कल्पक रचनाकारांना पाचारण केलं. (या 'विलास'मध्ये उच्च दर्जाची उत्कृष्ट स्नानगृहे तयार करण्यात आली. त्यामध्ये बाथ-टब्ज् आणि उद्यानांचा नजारा दिसण्यासाठी काचेच्या भिंती उभारण्यात आल्या.) शिवाय राजस्थानी किल्ला शैलीतील मुख्य इमारत अगदी पाहण्याजोगी होती. त्यांनी त्यांच्या मुलाला – विक्रम यांना या 'विलास'चं प्रथम महाव्यवस्थापकपद सोपवलं. त्याचबरोबर त्यांनी विशेष प्रशिक्षित तरुण व उत्साही कर्मचारीवृंदही तयार केला.

कारण, त्यांना आपली स्पर्धा खऱ्याखुऱ्या राजवाड्याशी – 'रामबाग'शी आहे हे ठाऊक होतं. त्यांनी या उपक्रमासाठी 'ओबेरॉय' हे नाव न वापरण्याचा निर्णय घेतला त्यामुळं याचं 'हॉटेल राजविलास' अथवा 'रॉयल अपार्टमेंट्स' असं नामकरण झालं.

'राजविलास' हॉटेलचा प्रारंभ झाल्या दिवसापासून या हॉटेलनं भारतातील हॉटेल उद्योगात नवे मापदंड निर्माण केले. बिक्कींची भिस्त खोल्यांचे दर जास्त राखण्यावर होती. मात्र भारतीय माणसं इतके दर द्यायला नाखूष होती. त्यामुळं भरपूर खर्च करणारे परदेशी लोक या हॉटेलकडं आकर्षित झाले तरच या हॉटेलच्या अर्थकारणाचं गणित जमणार होतं – आणि श्रीमंत परदेशी पर्यटक पूर्व आशियात जाताना वाटेत भारतात भरपूर संख्येनं येतात हे सर्वांना ठाऊक होतं.

त्यानंतर बिक्कींनी 'विलास' मागून 'विलास' उघडण्याचा सपाटाच लावला. उदयपूरमध्ये यातील सर्वांत महागडं 'उदयविलास' सुरू झालं; 'ताज'चं विहंगम दृष्य दिसणाऱ्या स्थानी उभं राहिलेलं 'अमरविलास' आग्र्यातलं सर्वोत्कृष्ट हॉटेल बनलं; सिमल्यात उंचच उंच टेकड्यांच्या कुशीत इंग्लिश कंट्री-हाऊस शैलीचं 'वाइल्डफ्लॉवर हॉल' वसलं; तर बिक्कींचं आवडतं 'वन्यविलास' रणथम्बोर अभयारण्याजवळ सुरू झालं.

बिक्कींचं दुर्दैव म्हणजे ही विलास हॉटेल्स, भारतीय पर्यटनाला वाईट दिवस होते त्यादरम्यान सुरू झाली. त्यांना आवश्यक तितका दर मिळत नसल्यामुळं त्यांच्या टीकाकारांना वाटत होतं की, बिक्कींनी ज्यातून कधीही पैसे मिळणार नाहीत अशा हॉटेल्ससाठी सगळी कंपनी पणाला लावली आहे की काय?

त्यानंतर, साधारण तीन वर्षांपूर्वी पर्यटन उद्योगाला चालना मिळण्यास सुरुवात झाली आणि ते वर्ष विलास हॉटेल्स सुरू झाल्यापासूनचं सर्वोत्तम वर्ष ठरलं. सर्व शहरी हॉटेल्स भरलेली असतात – पण त्याचं कारण बिझनेसशी संबंधित लोकांची वर्दळ हे असतं. पण अखेर, या 'विलास' हॉटेल्सनी श्रीमंत पर्यटकांना आकर्षित केलंच. भारताला असे पर्यटक यापूर्वी कधीही मिळत नव्हते. आता बरीच 'विलास' हॉटेल्स जगातील सर्वोत्तम हॉटेल्सच्या यादीत नियमित झळकतात. आणि जयपूर व उदयपूर येथील प्रतिष्ठित मानल्या जाणाऱ्या हॉटेल्सनी 'रामबाग' व देखण्या, ऐतिहासिक 'लेक पॅलेस' या खऱ्याखुऱ्या प्रासादांना मागं टाकलं आहे.

ग्राहकांचं नेहमी बरोबरच असतं

मी दिल्लीच्या आंतरराष्ट्रीय विमानतळापलीकडं 'ओबेरॉय फार्म'वर बिक्कींना भेटायला गेलो होतो, त्या वेळी ते हॉटेलच्या एका पाहुण्याला दिलगिरीपत्र लिहित

होते. सर्व ओबेरॉय हॉटेल्समध्ये नियम आहे की, तक्रारींची गंभीर पत्रं थेट अध्यक्षांकडं पाठवायची. एका 'विलास' हॉटेलच्या महाव्यवस्थापकांनी एका हाँगकाँगस्थित पाहुण्याचं संतप्त पत्र बिक्कींकडं पाठवलं होतं. (मी धोरणीपणे त्या हॉटेलचं नाव सांगत नाही!)

त्या पत्रकर्त्याच्या म्हणण्यानुसार त्याला हॉटेलमध्ये भयंकर वागणूक मिळाली होती. त्या लोकांनी त्याची आरक्षणं हरवली होती, त्याला चुकीचा फॅक्स नंबर दिला होता, सकाळी गजराच्या बाबतीत गोंधळ केला होता, त्याला उपाहारगृहात चांगलं टेबल दिलं नव्हतं, वगैरे वगैरे.

बिक्की खूप संतापले होते. "मी माझ्या कर्मचाऱ्यांना नेहमी सांगत असतो की, खरीखुरी तक्रार असणाऱ्या दर दहा पाहुण्यांमधला फक्त एक जण तक्रार करण्याची तसदी घेतो. समजा, मला जर एखाद्या हॉटेल किंवा विमानसेवेचा वाईट अनुभव आला तर मी पुन्हा तिथं कधीही न जाण्याचा निश्चय करीन... किंवा दुसरी विमानसेवा बघीन. तक्रार करणं हे अत्यंत तापदायक असतं. त्यामुळं जेव्हा एखाद्याची तक्रार येते तेव्हा त्याला ते फारच लागलं आहे असा अर्थ असतो. त्याचबरोबर, त्याच्यासारखाच अनुभव आलेले पण तक्रार न करणारे आणखी किमान नऊ लोक असतात."

बिक्की पत्रकर्त्याची तक्रार – त्यानं हॉटेलला पत्र लिहिलं होतं, अध्यक्षांना नव्हे – खरीखुरी मानतात. त्यांनी ओबेरॉय यांच्या वतीनं स्वतः पत्र लिहून दिलगिरी व्यक्त केली. त्या ग्राहकाच्या पूर्ण बिलाएवढी रक्कम त्याला परत केली. आणि त्या ग्राहकाला त्याच्या पसंतीच्या कोणत्याही ओबेरॉय हॉटेलमध्ये चार दिवस मोफत वास्तव्य करण्याची सुविधा देऊ केली.

"हे जरा अतीच होत नाही का?" मी विचारलं.

"नाही. व्यवसायामध्ये जाहिरात किंवा मार्केटिंग यांचा उपयोग एका टप्प्यापर्यंत होतो. खरी महत्त्वाची असते ती मौखिक प्रसिद्धी. त्यामुळं अशी तक्रार असली तर ती शक्य तितक्या जलद त्याची भरपाई करावी लागते, मग्रुरीनं वागण्यात काही अर्थ नसतो." बिक्की म्हणाले.

"मग्रुरीनं वागण्यात काही अर्थ नसतो असं बिक्की ओबेरॉयना वाटतं?"

बिक्की हसले. त्यांना स्वतःच्या काहीशा नेपोलियनी प्रतिमेच्या ख्यातीची कल्पना आहे.

"तुम्ही सेवा उद्योगात असाल तर." ते स्पष्टपणे म्हणाले, "ग्राहकाचं नेहमी बरोबरच असतं."

बिक्की बेंगलोरमधील नव्या हॉटेलच्या आखणीत गर्क आहेत. प्रत्येक खोलीच्या बाहेर छोटीशी बाग तयार करण्यासाठी ते नव्या गुरगाव हॉटेलचा शिल्पकार

मिळवण्याच्या खटपटीत आहेत. ते नव्या 'नाईल बोट'च्या रचनेवर देखरेख करत आहेत. खजुराहोजवळच्या नव्या 'विलास'वर अखेरचा हात फिरवत आहेत. गोव्यात त्यांची जमीन आहे, पण ते तिथं ऐषारामी हॉटेल चालेल का याचा विचार करत आहेत – ते गोव्याबद्दल तुच्छतेनं बोलतात. त्यांच्या मते चार्टर विमानसेवेमुळं गोव्यात मार्केट अगदी रसातळाला गेलं आहे.

या सगळ्या भव्यदिव्य योजनांत गर्क असूनही ते स्वत: दिलगिरीपत्र लिहिण्यासाठी वेळ काढतात.

"होय." ते म्हणाले, "मी अत्यंत व्यवहारी आहे. तुम्ही तसं असावंच लागतं. हे या व्यवसायाचं स्वरूपच आहे."

हा प्रश्न काहीसा कठोर आहे – विशेषत: त्यांच्या वडिलांनी शंभरी पार केली होती त्यामुळं – पण, "वयाच्या सत्त्याहत्तराव्या वर्षी तुम्हाला आपण करिअरच्या संधीकालात प्रवेश केला आहे असं वाटतं का?"

या प्रश्नाला त्यांनी होकारार्थी उत्तर दिलं, पण त्यांचं वागणं मात्र अगदी यांच्या उलट आहे. त्यांना अजूनही दिल्लीत आणखी एक हॉटेल बांधायचं आहे. त्यांना जुनी ओबेरॉय हॉटेल्स कालबाह्य वाटतात कारण तिथल्या खोल्या खऱ्याखुऱ्या ऐषारामी हॉटेल्सच्या दृष्टीनं फारच छोट्या आहेत असं त्यांचं मत आहे. ते म्हणाले, की " 'दिल्ली ओबेरॉय'ची इमारत उतरवून त्याच ठिकाणी नवं हॉटेल उभारणं हे माझं स्वप्न आहे."

मुंबईतील 'ओबेरॉय शेरेटन' आता 'हिल्टन टॉवर्स' म्हणून ओळखलं जातं. हा बिक्कींनी त्यांच्या 'मिड-प्राईस्ड' हॉटेलचं 'रीब्रँडिंग' करण्यासाठी हिल्टन शृंखलेशी केलेला मार्केटिंग सौदा आहे.

हे मी त्यांच्या 'ट्रायडेन्ट' हॉटेल्सच्या संदर्भात समजू शकतो, पण नरिमन पॉइंट टॉवर्सच्या बाबतीत त्यांनी हा निर्णय का घेतला?

"वेल." ते म्हणाले, "दोन्हीही हॉटेल्सनी 'ओबेरॉय' हेच नाव घेण्यानं 'ब्रँडिंग' सांभाळताना फार गोंधळ होत होता."

ओबेरॉयचा व्यवसाय खूप मोठा आहे. त्यांनी टॉवर्ससाठी 'हिल्टन' ब्रँडचा वापर करून ओबेरॉयच्या ऐषारामी प्रतिमेचं प्रतिष्ठित वलय कायम राखलं आहे.

"हे मजेशीरच आहे." मी म्हणालो. एके काळी ओबेरॉय पितापुत्र 'इंटरकॉन्टिनेन्टल' व 'शेरेटन' सोबत होते तेव्हा त्यांना 'हिल्टन'च्या स्पर्धेची चिंता होती आणि आता 'हिल्टन' भारतात आल्यावर मात्र ओबेरॉय 'ब्रँड' त्यांच्या नावासोबत जोडला जाण्याच्या दृष्टीनं फारच पुढं गेलाय असं कधी वाटलं नाही?

"नाही." ते विचारमग्न होत म्हणाले, "पण मला एका गोष्टीचा अभिमान आहे. आम्ही सर्वोत्कृष्ट तोडीचा विलासी भारतीय हॉटेल 'ब्रँड' निर्माण केला आहे."

"मुंबईमध्ये 'फोर सीजन्स' सुरू होतंय." मी म्हणालो, "त्यामुळं ओबेरॉय मागं पडेल?"

बिक्की ताठ बसले.

"आम्ही 'ओबेरॉय'चं नूतनीकरण करतोय." त्यांनी जाहीर केलं, "आणि जेव्हा आमचं हे काम पूर्ण होईल तेव्हा आमचं हॉटेल 'फोर सीजन्स' पेक्षा उत्तम होईल. हे माझं आव्हान आहे. आणि ते आम्ही कसं साध्य करतो ते तुम्ही पाहालच."

"म्हणजे फक्त 'हिल्टन'पेक्षाच उत्तम नव्हे तर 'फोर सीजन्स'पेक्षाही उत्तम?"

"होय." ते म्हणाले, "नाहीतर या बिझनेसमध्ये राहण्यात काहीच अर्थ नाही."

■

मित्रांचे व शत्रूंचेही...

नसली वाडिया

अध्यक्ष, वाडिया उद्योग समूह

नसली वाडियांच्या पत्नीनं त्यांचं 'क्राइसिस जंकी' असं वर्णन केलं होतं, मात्र नसली वाडिया स्वत:ला अशा प्रकारातले मानत नाहीत. मी त्यांना या गोष्टीचं स्मरण दिलं तेव्हा ते कपाळावर नापसंतीच्या आठ्या उमटवत म्हणाले, ''ते अगदीच पोरकटपणाचं आहे. तसं काही नाहीय.''

त्यांच्याबद्दल असं म्हटलं जातं की, त्यांना भांडण इतकं प्रिय आहे की, जेव्हा त्यांच्या व्यक्तिगत आयुष्यात दोन हात करण्याची कुठली संधी नसते तेव्हा ते इतर लोकांची भांडणं शोधत असतात. मी त्यांना या संदर्भात प्रश्न केला.

त्यावर वाडिया स्पष्टपणे म्हणाले, ''मी भांडणासाठी कधीच टपलो नव्हतो. मला नेहमी भांडावं लागलं ही गोष्ट खरी आहे, पण ही सगळी भांडणं माझ्यावर लादली गेली होती. त्यांना मी खुशीनं आमंत्रण दिलं नव्हतं.''

त्यांच्या या संघर्षांपैकी सर्वांत सुप्रसिद्ध – ज्यानं १९८० चं संपूर्ण दशक व १९९० च्या दशकाचा बराचसा काळ ठळक मथळ्यांवर अधिराज्य गाजवलं होतं – संघर्ष म्हणजे : नसली वाडिया विरुद्ध धीरुभाई अंबानी. हा संघर्ष बोर्डरुम्सच्या

> ''...मी खऱ्या अर्थानं उद्योगपतीही नाही. त्यामध्ये मला तितकासा रस नाही. पैसे मिळवणं ही कल्पना मला भुरळ घालत नाही.''

बाहेर तर पडलाच, शिवाय तो राजीव गांधींच्या काळात भारतीय राजकारणाचा मध्यवर्ती मुद्दा बनला होता. बऱ्याच लोकांची आजही अशी समजूत आहे की, राजीव गांधी व व्ही. पी. सिंग यांच्यातील युद्धाला वाडिया-अंबानींचं हाडवैर कारणीभूत ठरलं आणि वाडिया राजकीय कृतीपासून कधीच फार दूर नव्हते; तेव्हाही नव्हते आणि आत्ताही – म्हणजे ज्या काळात वाजपेयी व अडवानी परिवाराशी सारखेच संबंध ठेवून असलेले ते भारतातील एकमात्र व्यक्ती आहेत अशा वेळी– नाहीत.

मात्र, ही लढाई नसली वाडियांचं भविष्य घडवणारी म्हणून काही लोकांच्या स्मरणात आहे. ते जर या लढाईत हरले असते तर ते आज मध्य मुंबईतल्या बॉम्बे डाइंग कंपाउंडमधील त्यांच्या प्रशस्त कार्यालयात विराजमान झाले नसते. कदाचित ते भारतात राहतसुद्धा नसते.

ही लढाई होती वडिलोपार्जित मिळकतीसाठी आणि यात त्यांचे प्रतिस्पर्धी होते त्यांचे जन्मदाते... त्यांचे वडील!

पहिली लढाई

वाडिया हे भारतातील सर्वांत सुप्रसिद्ध उद्योग घराण्यांपैकी एक आहेत. इतर काही पारशी घराण्यांप्रमाणेच (टाटा, गोदरेज अशा) त्यांनाही प्रामाणिकपणे व्यवसाय करणं, कधीही लाच न देणं आणि कधीही काळ्या पैशाचे व्यवहार न करणं या गोष्टींचा सदैव अभिमान आहे.

नसलींचे पिता – नेविल वाडिया – पारंपरिक मूल्यं जपणारे, कापड उद्योगातील मातब्बर व्यक्तिमत्त्व होते. ते त्यांच्या उत्पादनांच्या दर्जाबाबत प्रसिद्ध होते. त्या काळी बॉम्बे डाईंग हा भारतातील सर्वांत मोठा कापडउद्योग होता. तितकेच ते परोपकारी कार्याबद्दलही विख्यात होते. मात्र १९६० च्या दशकाच्या प्रारंभी त्यांच्या ध्यानात आलं की, भारतातलं चित्र फार निराळं होत चाललं आहे आणि त्यांच्यासारख्या काटेकोरपणे नियम पाळणाऱ्या माणसांची प्रजाती धोक्याच्या सावटाखाली आली आहे.

त्यामुळं त्यांनी कोलकात्याच्या गोयंकांशी – बहुतेकशी बोलणी आर.पी. गोयंकांनी केली – बॉम्बे डाईंग विकण्यासंदर्भात वाटाघाटी केल्या. त्यांचा स्वित्झर्लंडमध्ये स्थायिक होण्याचा विचार होता. मात्र त्यांचे एकुलते एक सुपुत्र नसली यांना ही कल्पना कदाचित मानवणार नाही हे माहीत असल्यामुळं त्यांनी या वाटाघाटी गुप्त राखल्या. नसलींना ही गोष्ट सर्वप्रथम एका मित्राकडून कळली.

एके दिवशी सकाळी त्यांना त्या मित्राचा फोन आला. "तुझ्या वडिलांनी बॉम्बे डाईंग विकलीय असं वर्तमानपत्रात आलंय, हे मी काय वाचतोय?"

नसली उतावीळ स्वभावाचे म्हणून प्रसिद्ध होते. त्यांच्या मातापित्यांनी त्यांना इंग्लंड (रग्बी) मधल्या पब्लिक स्कूलमध्ये दाखल केलं होतं. तिथं ते काहीसे अपयशीच ठरले असं म्हणतात. त्यानंतर ते शिक्षण खंडित करून भारतात आले आणि 'शॉप फ्लोअर'वर काम करू लागले आणि आश्चर्याची गोष्ट म्हणजे त्यांनी अतिशय धोरणी व कल्पक उद्योगपती म्हणून स्वत:ला सिद्ध केलं. त्यांचं 'बॉम्बे डाईंग'साठी महत्त्वपूर्ण योगदान म्हणजे त्यांनी किरकोळ विक्रीसाठी 'रिटेल शॉप्स' सर्वप्रथम सुरू केली (त्या काळी बहुतेकशा कापडगिरण्या घाऊक व्यापाऱ्यांना माल विकत असत) आणि 'ब्रँड नेम' ही तयार केलं.

मात्र, नसली व्यवसायावर प्रेम करायला शिकत असले तरी त्यांचे पिता भारतात कापड गिरणी चालवण्याच्या क्लेषांना कंटाळू लागले होते. धूर्त मारवाड्याला कंपनी विकून टाकणं हा जुन्या मूल्यसंस्कृतीतल्या पारशी सद्गृहस्थाला सर्वोत्तम पर्याय वाटत होता. नेविलना कंपनी विकून मिळणारे पैसे घेऊन, स्वित्झर्लंडमध्ये निवांत स्थळी युरोपियन उच्चकुलीन व्यक्तीसारखं निवृत्त आयुष्य जगायचं होतं.

त्यांना नसलींचा विरोध समजला होता, पण त्यांनी मुलाचा निश्चय आणि त्याची संबंधितांना जिंकण्याची क्षमता नीट जोखली नाही. जरी या पितापुत्राचे मैत्रीपूर्ण संबंध असले तरी काही लोकांचं मत आहे की, नसली जे.आर.डी. टाटांनाही वडीलधारे म्हणून वंद्य मानत असत. तरुण नसली बहुतांश वेळ भारतातील या सर्वश्रेष्ठ उद्योगपतीसमवेत त्यांच्या कार्यपद्धती आत्मसात करण्यात व त्यांचं तत्त्वज्ञान समजून घेण्यात व्यतीत करत असत.

त्यामुळं, त्या निर्णायक सुप्रभाती, बॉम्बे डाईंगच्या विक्रीचं वृत्त वाचताच नसलींना दुसरा फोन आला तो जे.आर.डी. टाटांचा.

''तू त्यांना बॉम्बे डाईंग विकू देणार नाहीस... का देणार आहेस?'' नसलींच्या अनुभवी मार्गदर्शकानं प्रश्न केला.

''नाही.'' नसली म्हणाले.

त्यांना शक्य असेल तर ही विक्री थांबवायची होती, पण वडिलांना यापासून कसं परावृत्त करायचं ते त्यांना समजत नव्हतं.

ते जेआरडींच्या मदतीवर अवलंबून राहिले नाहीत. त्यांनी बॉम्बे डाईंगमधल्या लोकांच्या साहाय्यानं एक धोरण आखलं. त्यानुसार त्यांनी सर्व एक्झिक्युटिव्हज् व सर्व कर्मचाऱ्यांचा पाठिंबा जिंकला. वकिलांचं मत पडलं की, नेविलना वाडिया कुटुंबाचे समभाग एकतर्फी विकण्याचा अधिकार नाही. नसलींनी अशा सर्व आयुधांनिशी सज्ज होऊन लंडनला जाणारं विमान धरलं. त्यांना वडिलांशी समोरासमोर बोलायचं होतं. त्यांचे पिता त्या वेळी इंग्रजी राजधानीत बसून सुखीसमाधानी व शांतीपूर्ण निवृत्त जीवनाचे बेत आखत होते.

“मी लंडनला जाणाऱ्या विमानात प्रथम श्रेणीतील आसनावर बसलो तेव्हा एक गुलाबपुष्प माझी प्रतिक्षा करत होतं... हा प्रसंग मी कधीही विसरणार नाही,” नसली सांगत होते, “त्या गुलाबासोबत जेआरडींची चिठ्ठी होती. त्यामध्ये त्यांनी मला सुयश चिंतून, साहाय्य करण्याचं वचन दिलं होतं.” (जेआरडी ‘एअर-इंडिया’चे अध्यक्ष होते. मला वाटतं, आसनावर गुलाबपुष्प मिळणं त्यामुळं घडलं असावं.)

हिथ्रोवरून नसली पित्याला भेटायला रवाना झाले. तिथं उभयतांमध्ये संतप्त व वादळी खडाजंगी झाली. नेविल नसलींना म्हणाले की, भारतात प्रामाणिकपणे व्यवसाय करणं अशक्य आहे.

“इतका पोरकटपणा करू नकोस.” ते मुलाला म्हणाले, “आपण फक्त पैसे घेऊन रिकामे होऊ. त्यानंतर आपल्याला स्वित्झर्लंडमध्ये राजासारखं राहता येईल.”

मात्र इतक्या तीव्र बंडापुढं नेविलनी हार मानली. गोएंकांना व्यवहार मोडल्याचं सांगण्यात आलं. पुढच्या काही वर्षांत नसलींनी नवे गुंतवणूकदार शोधले (त्यामध्ये ग्वाल्हेरचे सिंदियासुद्धा होते) आणि बॉम्बे डाईंगची घोडदौड अधिकाधिक वेगाने सुरू राहिली. १९७० च्या दशकाच्या मध्यापर्यंत, नसलींनी ठामपणे पाय रोवले व सूत्रं ताब्यात ठेवली आणि त्यांचे वृद्ध पिता बहुतेकसा काळ त्यांच्या आवडत्या स्वित्झर्लंडमध्ये घालवू लागले.

नसली वाडियांनी (जे.आर.डी. टाटांच्या अल्पशा मदतीच्या जोडीनं) ही पहिलीवहिली महत्त्वाची लढाई जिंकली!

धीरुभाईंशी संघर्षाचा गुंताळा

मात्र, बुजुर्ग वाडियांचं म्हणणं अर्थातच बरोबर होतं. भारतात प्रामाणिकपणे व्यवसाय करणं दिवसेंदिवस अधिकाधिक अवघड बनत चाललं होतं. १९७० च्या दशकाच्या अखेरच्या टप्प्यात, बॉम्बे डाईंग कंपनी अजूनही भारतातील सर्वांत मोठी व सर्वोत्तम कापडउद्योग म्हणून गणली जात होती. नंतर मात्र ही परिस्थिती बदलली. हा मान ‘रिलायन्स’कडं गेला. या कंपनीचे संस्थापक-अध्यक्ष धीरुभाई अंबानी यांनी त्यांच्या कौशल्यानं राजकीय व नोकरशाहीतील संपर्कांच्या साहाय्याने लाभ उठवला.

नसलींना आता याविषयी पुन्हा बोलणं आवडत नसलं तरी, त्यांचा दावा होता की, १९८० च्या दशकामध्ये धीरुभाईंच्या दृष्टीनं रिलायन्सला यश लाभणं एवढंच पुरेसं नव्हतं. इतर सर्वांनी अपयशी होणंही त्यांच्या दृष्टीनं तितकंच महत्त्वाचं होतं. अंबानीनी बॉम्बे डाइंगची गळचेपी करण्यासाठी शक्य ते सर्व काही केलं अशी वाडियांची धारणा होती. त्यांनी डीएमटी प्रकल्पाबाबतही, सर्व सरकारी परवाने

वाडियांच्या विरोधात जाण्याची दक्षता घेऊन, घातपातच केला.

आता आपण सर्वशक्तीमान अंबानी यंत्रणेविषयी बोलतो, पण १९८० च्या दशकात, जेव्हा वाडिया रिलायन्सबद्दल तक्रार करायचे तेव्हा बहुतेकशा लोकांना ते स्वत:च्या मोठेपणाच्या कल्पनेतून उगीच कुरकूर करतायत असं वाटायचं.

त्या वेळी ते अशासारखं बोलत असत की, "आज माझं ऐकून ठेवा; अंबानीना आत्ताच थांबवलं नाही तर हा माणूस भारतातील सर्वांत मोठा कारखानदार बनेल. त्यानं संपूर्ण यंत्रणा विकत घेतली आहे आणि तो प्रत्येक गोष्टीचा कौशल्यानं पुरेपूर फायदा उठवतोय."

त्या वेळी धीरुभाई एका यशस्वी कापडउद्योगाचे मालक होते बस्स, बाकी फारसं काही नव्हतं, त्यामुळं एके दिवशी हाच माणूस टाटा व बिर्लांच्या खांद्याला खांदा लावून उभा राहील ही कल्पना हास्यास्पद वाटली होती. १९८० च्या दशकात सर्वसाधारण मतप्रवाह असा होता की, धीरुभाई नसलींपेक्षा बरेच चलाख असल्यामुळं नसली अंबानीचं 'प्रत्येक गोष्टीचा कौशल्यपूर्णतेनं लाभ उठवणारी सर्वशक्तीमान माणसं' असं चित्र उभं करत आहेत. त्या अर्थानं पाहिलं तर नसली रिलायन्सशी प्रभावीपणे स्पर्धा करण्यात अपयशी का ठरले याचं स्पष्टीकरण धीरुभाईंचा सरकार व नोकरशाहीवरील ताबा या संदर्भात देता येऊ शकेल.

हा कदाचित योगायोगही असू शकेल, पण १९८० च्या दशकात कापडक्षेत्रात महत्त्वपूर्ण मानली जाणारी प्रत्येक कंपनी – म्हणजे बडोदा रेयॉन, ऑर्के, निरलॉन, वगैरे – बंद तरी पडली किंवा त्यांच्यापुढं महत्त्वाच्या समस्या तरी उभ्या राहिल्या. नसलींनी जर रामनाथ गोयंका व 'इंडियन एक्स्प्रेस'च्या साहाय्याचा आधार घेतला नसता तर 'बॉम्बे डाईंग'ची अवस्थाही अशीच झाली असती का?

नसलींच्या म्हणण्यानुसार, रिलायन्स-विरोधी मोहीम ही गोयंकांची स्वत:चीच कल्पना होती. त्यांच्यापेक्षा 'एक्स्प्रेस'वर अंबानींचा अधिक प्रभाव असल्याचं दिसत होतं त्यामुळं त्यांनी संतापून धीरुभाईंना धडा शिकवायचं ठरवलं होतं. शिवाय, किमान प्रारंभीच्या काळात तरी या मोहिमेला पंतप्रधान राजीव गांधी व अर्थमंत्री व्ही. पी. सिंग या दोघांचाही पाठिंबा होता.

ते म्हणाले की, रिलायन्सनं ड्यूपॉन्टहून आणलेल्या प्लँटच्या – 'एक्स्प्रेस'नं हा प्लँट चोरून भारतात आयात केल्याचा दावा केला होता – खरेदी व्यवहाराची चौकशी करण्याचं काम एखाद्या अमेरिकी गुप्तहेर संस्थेकडं द्यावं ही वाडियांची कल्पना होती. याबाबत राजीव गांधींशी स्पष्ट बोलणं झालं होतं. त्याकाळी व्ही.पी. सिंग यांचे विश्वासू अंमलबजावणी संचालक होते भुरेलाल नावाचे गृहस्थ. ते या चौकशीवर देखरेख करत होते आणि राजीवना माहिती पुरवत होते.

१९८६ सालाच्या अखेरीस, भुरेलाल असेच एकदा राजीव गांधींना माहिती देत असताना त्यांना म्हणाले की, मी अनेक श्रीमंत भारतीयांच्या – त्यामध्ये बच्चन बंधूंचाही समावेश होता – बेकायदेशीर व्यवहाराची चौकशी करत आहे... आणि इथंच समस्यांची मालिका सुरू झाली. राजीव गांधींनी बच्चन बंधूंच्या कुठल्याही प्रकारच्या चौकशीला कधीच हिरवा कंदील दाखवला नव्हता – हा व्ही.पी. सिंग यांचा अलाहाबादमधील प्रतिस्पर्ध्यापासून सुटका मिळवण्यासाठी वैयक्तिक अजेंडा होता.

त्यानंतर, पुढं काही काळानं वाडियांना समजलं की, स्वित्झर्लंडमधील भारतीय दूतावासानं अहवाल दिला होता की, कुणीतरी राजीव अथवा बच्चन बंधूंची कुठली बँक खाती आहेत का याचा शोध घेण्याचं काम गुप्तहेर संस्थेकडं सोपवलं होतं. वाडिया म्हणाले की, माझ्या माहितीनुसार, अशा प्रकारे कुठल्याही गुप्तहेर संस्थेकडं कुणीही काम सोपवलं नव्हतं, ही सर्वस्वी चुकीची माहिती होती.

या धुमसत्या प्रकरणाला निराळं वळण मिळालं. 'रिलायन्स'ची चौकशी करणाऱ्या अमेरिकी गुप्तहेर संस्थेच्या (फेअरफॅक्स) प्रमुखांनी भुरेलाल यांना पाठवलेली दोन गचाळ, बनावट पत्रं समोर आली. या पत्रांत काही आरोप करण्यात आले होते. या पत्रांत या संस्थेनं बच्चन बंधू व सोनिया गांधींचे इटलीतील कुटुंबीय यांच्या चौकशीचे संदर्भ दिले होते. आज मागं वळून पाहता, ती पत्रं बनावट आहेत ही गोष्ट उघड कळते – त्या काळीसुद्धा माझ्यासहित अनेक पत्रकारांनीही ही पत्रं बनावट असल्याचं लिहिलं होतंच – पण ही पत्रं राजीवना दिल्यानंतर त्यांचा नाट्यमय परिणाम घडला.

अखेर, अंबानी बराच काळ जी गोष्ट सूचित करत होते, तिला पुष्टी मिळाली : व्ही.पी. सिंग व रामनाथ गोयंका एकट्या धीरुभाई अंबानीनाच लक्ष्य करत नव्हते. खरं लक्ष्य होते राजीव गांधी.

अखेर राजीव गांधींशी भेट झाली, पण...

त्यानंतर काय काय घडलं ते सर्वज्ञात आहेच. राजीवना गोयंकांचा संशय आला. प्रेसमधील बलाढ्य शक्तीनं राजीव गांधीवर हल्ला चढवून प्रत्युत्तर दिलं होतं. व्ही. पी. सिंग यांची काँग्रेसमध्ये जाहीर मानखंडना झाली. त्यानंतर ते पक्षातून बाहेर पडले आणि त्यांनी स्वत:चा राजकीय पक्ष स्थापन केला. 'एक्स्प्रेस'नं व्ही. पी. सिंग यांच्या सहकार्यानं अमिताभ बच्चनना खोट्या आरोपांच्या आधारे राजकारणातून बाहेर पडायला भाग पाडलं.

नसलींनी राजीवना भेटण्याचा कित्येक वेळा प्रयत्न केला पण त्यांना कधीच भेट मिळाली नाही. अंबानींवर अकस्मात पुन्हा मेहेरनजर झाली. जणू भारताची

अवघी शक्ती नसलींच्या विरोधात उभी राहिली. त्यांच्यावर धाड टाकण्यात आली आणि नंतर त्यांना अपमानास्पदरीत्या अटक झाली. दोन आडदांड पोलीस त्यांना बेड्या ठोकून घरातून घेऊन जात असताना, नसलींच्या तेरा वर्षांच्या मुलानं त्यातल्या एका पोलिसाला विचारलं,

"माझे डॅडी घरी परत केव्हा येतील?"

त्यावर तो पोलीस उत्तरला की, "त्यांना किमान पाच वर्षं तुरुंगात जावं लागेल."

हे ऐकताच त्या कोवळ्या जिवाच्या डोळ्यातून अश्रूंच्या धारा कोसळू लागल्या.

त्यानंतर भारत सरकारनं वाडियांना देशातून हद्दपारीचा आदेश बजावला. त्या वेळी त्यांच्याकडं ब्रिटिश पासपोर्ट होता. 'एक्स्प्रेस' जवळपास दिवाळखोरीतच गेलं. बॉम्बे डाईंगची घसरण झाली.

या संघर्षातून कुणीच... जवळपास कुणीच काहीही चांगलं करू शकला नाही. व्ही.पी. सिंगांचा विरोध व 'एक्स्प्रेस'ची मोहीम यातून बोफोर्स प्रकरण घडलं – अखेर ते बनावट असल्याचं सिद्ध झालंही – त्यामुळं सुशिक्षित उच्चवर्गीयांमध्ये विश्वासार्हता गमावली गेली आणि अखेर, राजीव जी निवडणूक जिंकण्यास पात्र होते, तीच निवडणूक ते हरले.

त्यानंतरही, नसलींना राजीवना भेटता आलं नव्हतं. अखेर, १९९१ साली मे महिन्यात त्यांची अर्धा तास भेट झाली.

त्या भेटीत राजीव म्हणाले, "नसली, मला तुम्हाला फक्त मदत करायची होती. पण, तुम्ही माझं इतकं नुकसान का केलंत?"

त्यावर नसलींनी टोला दिला, "तुमच्या सरकारनं माझ्या बाबतीत जे काही केलं त्याचं काय?"

आठवड्याभरानं पुन्हा या दोघांची भेट झाली. नसली १०, जनपथवर रात्री दहा वाजता गेले, ते पहाटे पाच वाजता तिथून बाहेर पडले. रात्रभर हे दोघं जण चुकीचे ग्रह, गैरसमज धुवून काढत होते. इतिहासाचं पुनर्लेखन करता येत नाही, पण कदाचित भूतकाळातल्या चुका टाळता येऊ शकतात.

"आम्ही परस्परांना अधिक चांगलं समजून घेऊन निरोप घेतला." नसली सांगत होते. राजीवनी त्यांना निवडणूक प्रचाराची धामधूम संपल्यानंतर भेटायचं कबूल केलं होतं.

त्यानंतर पंधरवड्यातच, राजीव गांधी जग सोडून गेले.

बिस्किटांचं आमिष

नसली वाडियांच्या दृष्टीनं १९९० चं दशक अत्यंत खडतर ठरलं. ही गोष्ट सांगणं निष्ठूरपणाचं आहे, पण तोवर ते अंबानीच्या लेखी दखल घेण्याइतके महत्त्वाचे उरले नव्हते : तोवर अंबानी इतके मोठे झाले होते की, त्यांनी झपाट्यानं कितीतरी मजल मारली होती. मात्र रिलायन्सचा नांगर फिरत होता त्या वेळी वाडियांना आपल्याला बिझनेस कसा चालवायचा ते कळतं, ही गोष्ट सिद्ध करावीच लागली. त्यांना शून्यातून भरारी घेऊन बॉम्बे डाईंग उभी करावी लागली आणि आपण कौटुंबिक साम्राज्य विस्तारू शकतो हे सोदाहरण दाखवून द्यावं लागलं.

कापड उद्योगाची पुनर्उभारणी करणं हे अवघड काम होतं, मात्र बॉम्बे बर्मा मधील गुंतवणूक सोन्याची खाण ठरली. आणि त्यानंतर बिस्किट प्रकरण घडलं.

बिस्किट उद्योगात प्रवेश करणं हे नसलींचं सदैव स्वप्न होतं. त्यामुळं त्यांनी भारतात ब्रिटानिया कंपनी घेण्याच्या दृष्टीनं 'हन्टले ॲन्ड पामर बिस्किट्स' या आजारी कंपनीशी बोलणी केली होती. पण अमेरिकेतील बलाढ्य बिस्किट कंपनी 'नॅबिस्को'नं 'हन्टले ॲन्ड पामर'ची अधिकारसूत्रं घेतली. नसली त्यांचे मित्र (व काजू कंपनीचे भागीदार) राजन पिल्लाई यांच्या मध्यस्थीनं 'नॅबिस्को'तील संबंधितांना भेटले. अजूनही 'ब्रिटानिया' खरेदी करता येण्याच्या दृष्टीनं व्यवहार होणार असं चित्र होतं, पण नंतर अमेरिकी मंडळींनी विचार बदलला. त्यांनी 'ब्रिटानिया' सुरू ठेवली आणि अध्यक्षपदाची सूत्रं नसलींकडं नव्हे तर राजन पिल्लाई यांच्याकडं सोपवली. (एव्हाना, नसली व राजन यांचं काजू कंपनीच्या संदर्भात बिनसलं होतं आणि हे दोघं जण एकमेकांशी बोलतसुद्धा नव्हते.)

अखेर, नॅबिस्को कंपनीही विकली गेली आणि प्रचंड गुंतागुंतीच्या, बहुधा मागील तारखांच्या, करारांनुसार राजन पिल्लाई 'ब्रिटानिया'चे नवे मालक बनले. पिल्लाईंनी 'डॅनोन' या फ्रेंच समूहाशी भागीदारी केली, पण 'डॅनोन'नं पिल्लाईंवर फसवणुकीचा आरोप केला आणि लवकरच ही भागीदारी मोडली.

यानंतर नसलींचा या क्षेत्रात पुन्हा प्रवेश झाला, या खेपेला 'डॅनोन'चे नवे भागीदार म्हणून! अखेर, कायदेशीर व प्रसारमाध्यमांद्वारे घनघोर युद्धानंतर पिल्लाईंना दूर करून वाडियांचं स्वप्न साकार झालं : त्यांना 'ब्रिटानिया'चा ताबा मिळाला. ही झटपट वृद्धी करणारी कंपनी म्हणून ओळखली जाते आणि आज या कंपनीचं बाजार भांडवल सुमारे २,००० कोटी रुपयांच्या घरात असून, नफा १७५ कोटी रुपये आहे. या कंपनीची कामगिरी बॉम्बे डाईंगपेक्षा चांगली आहे. (अर्थात, बॉम्बे डाइंगकडं बरीच वाजवीपेक्षा कमी किंमत धरलेली (undervalued) मालमत्ता

आहे. उदा. ही कंपनी जिथं वसलेली आहे ती जागा.)

ब्रिटानिया कंपनीचा ताबा मिळवण्याच्या घटनेनं नसलींना युद्ध कसं लढायचं हे ठाऊक असल्याचं दाखवून दिलंच – शिवाय, त्यांना अंतिमत: त्यातून लाभ कसा मिळवायचा तेही ठाऊक असल्याचं सिद्ध केलं.

भगवं सूत्र

नसली वाडियांचे निंदक ते एम. ए. जिनांचे नातू असल्याचा (नसलींच्या आई जिनांच्या कन्या होत.) अथक उल्लेख करत असतात. नसलींना त्यांचा हा वारसा कधीही अडचणीचा वाटत नाही, उलट त्यांना जिनांचा अतिशय अभिमान आहे. ते जिनांना संपूर्णत: निधर्मी मानतात. ते म्हणतात की, फाळणी ही दुर्दैवी घटना होती, पण त्याचं खापर काँग्रेसनंही स्वत:च्या शिरावर घेतलं पाहिजे.

जिनांच्या नातवानं भाजपाच्या इतकं निकट असणं विसंगत वाटत नाही?

१९६० च्या दशकापासून, ज्या वेळी जनसंघ हा छोट्या दुकानदारांचा पक्ष होता तेव्हापासून वाडिया समर्पित सहप्रवासी आहेत. ते अजूनही नानाजी देशमुखांना पूज्य मानतात. अटलबिहारी वाजपेयी व लालकृष्ण अडवानी यांच्याशी त्यांचा अनेक वर्षांचा स्नेह आहे. भाजपानं सत्तेची सूत्रं हाती घेतली होती, त्या वेळी नसली सरकारच्या अंतर्गत वर्तुळातले महत्त्वाचे सदस्य होते.

नसलींना त्यांच्या वारशामध्ये (मुस्लीम-पारशी) व हिंदुत्ववादी पक्षाशी मैत्री असण्यामध्ये कसलाही विरोधाभास आढळत नाही. ते म्हणतात की, मी जनसंघाकडे ओढला गेलो कारण, भारताला मुक्त बाजारपेठेच्या संकल्पनेचा पुरस्कार करणाऱ्या विरोधी पक्षाची आवश्यकता आहे असं माझं मत होतं. आपण थोर हिंदुत्ववादी नसल्याचं ते मान्य करतात.

तरीसुद्धा, ''तुम्ही बाबरी मशीद पाडण्याच्या घटनेनं अस्वस्थ झाला नव्हता?'' मी विचारलं.

''अर्थातच, झालो होतो,'' ते उत्तरले. ''माझा कोणत्याही प्रकारच्या धार्मिक अतिरेकीपणावर विश्वास नाही. राजकारण असं नसतं.''

मी त्यांना माजी सरकारशी त्यांच्या जवळच्या संबंधांबद्दल खोदून विचारलं.

''अडवाणींना उपपंतप्रधानपद देण्यात येणार असल्याचं ज्या दोन-तीन माणसांनाच माहीत होतं, त्यांपैकी तुम्ही एक होता, ही गोष्ट खरी आहे का?''

त्यांनी ही गोष्ट नाकारली नाही.

अंबानी बंधूंमधला संघर्ष उघड झाला आहे, ही गोष्ट तुम्हाला अडचणीची वाटते का, मी प्रश्न केला. जो पक्ष नसलींना त्यांच्या अंतर्गत वर्तुळाचा हिस्सा मानतो त्याच पक्षात रिलायन्स यंत्रणेनं इतका यशस्वी शिरकाव केला आहे की,

नरिमन पॉइंट येथे दूरसंचार धोरणाचं पुनर्लेखन करण्यात आलं, ही गोष्ट विसंगत नाही का?

साधारणत: नसली खूप बोलतात – आपल्या मतांबाबत दुराग्रही असतात – पण आत्ता मात्र ते गप्प झाले होते.

मी आणखी खोदून विचारलं.

"वेल, या गोष्टी त्यांच्या लाडक्या भाजपाच्या भारतीय उद्योग स्वच्छ करण्याच्या आकांक्षेबद्दल काय सांगतात?"

अखेर त्यांनी प्रतिसाद दिला.

"मी यावर काहीही बोलणार नाही," ते म्हणाले.

राजकारण... चालेल, राजकारणी म्हणून... नको

मी नसली वाडियांच्या यापूर्वीही अनेकदा मुलाखती घेऊन त्यांच्याबद्दल लिहिलं आहे. पण या वेळी विषय वेगळा आहे : या पैकी कोणताही प्रसंग बिझनेसविषयक नाही. गेल्या दोन दशकांहून अधिक काळ भारतीय राजकारणात सर्वाधिक गोवणूक असणारे उद्योगपती हे त्यांचं दुर्मिळ वैशिष्ट्य आहे. (माझ्या मते, धीरुभाई अंबानी अपवाद असावेत...)

मात्र भाजपाला सत्तेवरून पायउतार व्हावं लागलं. अशा विस्कळीत वातावरणात नसलींच्या जीवनात त्यांच्या उद्योगाला मध्यवर्ती स्थान होतंच. बॉम्बे डाईंगची वाटचाल उत्तम सुरू आहे : कापड उद्योग अजूनही डळमळीत आहे, मात्र 'रिअल इस्टेट' विभागाची कामगिरी उत्कृष्ट आहे. ब्रिटानिया हे तर घवघवीत यश आहेच. आणि आता, त्यांच्या मुलाची २००५ सालाच्या शरदऋतूपर्यंत अल्प दराची हवाई सेवा सुरू करण्याची योजना यशस्वी ठरली आहे.

त्यांना हवाईसेवा सुरू करण्यात कधीच रस नव्हता अशी अफवा होती. मी त्यांना त्याबद्दल विचारलं.

"नॉनसेन्स," ते कडाडले.

"मी पूर्णपणे या प्रकल्पाच्या मागं आहे. आम्ही आमच्या घरचा पैसा हवाईसेवा उद्योगात घालत आहोत... जवळपास पन्नास कोटी रुपयांच्या जवळपास. हे पैसे बॉम्बे डाईंगमधले नाहीत."

"तुम्ही स्वत:ला उद्योगपती मानता?"

"हो." ते विचारमग्न होत म्हणाले, "मला वाटतं, मी उद्योगपती आहे."

ते क्षणभर थांबून म्हणाले, "पण मी खऱ्या अर्थानं उद्योगपतीही नाही. त्यामध्ये मला तितकासा रस नाही. पैसे मिळवणं ही कल्पना मला भुरळ घालत नाही."

मी त्यानंतर विचारलं, "तुम्ही राजकारणात का आला नाहीत?"

"कारण मला निवडणुकीला उभं राहणं वगैरे नकोय." ते तुटकपणे म्हणाले. "गेल्या वर्षी माझं राज्यसभेसाठी नामांकन होणार आहे, अशी अफवा पसरली होती. ते मला इतकं तापदायक झालं की, मी नामांकनं जाहीर होईपर्यंत दिल्लीला गेलो नव्हतो."

आणि आता, अखेरचा पण थोडासा कठोर प्रश्न : "दोन दशकांच्या काळात, अंबानींच्या उल्लेखाखेरीज नसलींबद्दल विचार करणं जवळपास अशक्यच होतं. आता, तुमचे मार्ग भिन्न झाले आहेत, अशा वेळी अजूनही तुमच्या मनात त्यांच्याविषयी शत्रुत्व आहे का?"

नसलींनी काळजीपूर्वक उत्तर दिलं, "मला अंबानी कधीच माझ्या आयुष्याचा हिस्सा बनायला नको होते. ती माझी पसंती कधीच नव्हती आणि आता आमचं परस्परांशी काहीही देणंघेणं नसेल तर त्याचा मला अतिशय आनंद आहे."

आणि ते दिसतंच आहे.

■

मॅन ऑफ सबस्टन्स

उदय कोटक

अध्यक्ष व व्यवस्थापकीय संचालक, कोटक उद्योग समूह

◆

उदय कोटक यांच्या यशस्वितेची एकूण रूपरेषा सांगण्यासाठी साधी आकडेवारी पुरेशी आहे. १९८६ साली, त्यांनी बिझनेस सुरू केला त्या वेळी त्यांनी घरच्यांकडून व मित्रमंडळींकडून ३० लाख रुपये उसने जमवले होते. तुम्ही त्या काळात उदय कोटक यांचे मित्र असता व तुमचा त्यांच्यावर त्यांच्या बिझनेसमध्ये पैसे गुंतवण्याइतका विश्वास असता, तर आज तुम्ही फार श्रीमंत व्यक्ती बनला असता.

तुम्ही जर त्यांच्या बिझनेसमध्ये त्या वेळी एक लाख रुपये घातले असतेत, तर आज तुमचा 'स्टेक' १०० कोटी रुपयांचा असता!

काही वाईट नाही, नाही का?

अमेरिका व युरोपमध्ये आर्थिक संदर्भातील महान यशोगाथा घडलेल्या आहेत. या क्षेत्रातील काही थोर नावं म्हणजे रॉथशिल्ड, जे. पी. मॉर्गन, गोल्डमन साश, वगैरे. या सर्व माणसांनी कोणत्या ना कोणत्या प्रकारच्या वित्तसेवा क्षेत्रात कार्य केलं आणि साम्राज्यं उभारली. ही साम्राज्य त्यांच्यानंतरही टिकून राहिली आहेत.

मात्र, माझ्या माहितीनुसार, उदय कोटक यांनी भारतीय वित्त बाजारात जी कामगिरी केली आहे, तशी कामगिरी युरोप व अमेरिका वगळता मला अन्यत्र कुठंही

> "...तुम्ही निर्माण केलेली गोष्ट तुमच्या पश्चात टिकून राहू शकणार नसेल, तर मला वाटतं, तुम्ही अपयशी ठरलात.''

आढळली नाही. अशा प्रकारचं उदाहरण आफ्रिकेतील उच्च वित्त जगतात आढळत नाही. चीनमध्ये सरकार-नियंत्रित अर्थव्यवस्था आहे. आणि उर्वरित आशिया खंडात, वित्त बाजारपेठेवर आंतरराष्ट्रीय संस्थांचं वर्चस्व आहे.

मात्र, फक्त भारतातच उदय कोटक आहेत... असा माणूस जो शून्यातून वर आलाय आणि दोन दशकांहून कमी काळात ज्यानं जबरदस्त नशीब तर घडवलंच आहे, शिवाय वित्तसेवेचा 'ब्रँड' निर्माण केला आहे, जो बहुधा त्यांच्यानंतरही कायम राहील, पियरपॉन्ट मॉर्गन यांच्यानंतरही जे.पी. मॉर्गन नाव राहिलं तसा.

उदयना याचा सार्थ अभिमान आहे.

त्यांच्या बिझनेसमधील प्रारंभीचे गुंतवणूकदार आनंद महिंद्रा यांना उदय म्हणाले होते, ''आपण कंपनीत आपली 'नावं' घालू या. सगळी महान वित्तगृहं – मॉर्गन्स, रॉथशिल्ड, वगैरे – त्यांच्या संस्थापकांच्या नावानं ओळखली जातात. आपण लोकांना दाखवून देऊ या की, आपल्याला या व्यवसायाची किती काळजी आहे... आपण त्याला आपली नावं दिली आहेत.''

महिंद्रांनी याला मान्यता दिली, आणि आज त्यांचा या बिझनेसमधील 'स्टेक' (वैयक्तिक 'स्टेक', 'महिंद्रा ॲन्ड महिंद्रा'चा नव्हे) अब्जावधी रुपयांचा आहे. अवघ्या वीस वर्षांच्या आत, उदय यांच्या कंपनीचं बाजार भांडवल ६,७०० कोटी रुपयांवर जाईल आणि ते भारतातील खासगी क्षेत्रातील तिसऱ्या क्रमांकाची बँक चालवतील याची मात्र त्यांनीसुद्धा कधी कल्पना केली नसेल.

क्रिकेट आणि कॅल्क्युलस

उदय त्यांची कौटुंबिक पार्श्वभूमी मध्यमवर्गीय असल्याचं सांगतात. पण कोणतेही मापदंड लावले तरी त्यांचं कुटुंब उच्च मध्यमवर्गात मोडणारं होतं. ते पारंपरिक गुजराती सूत व्यापारी होते, त्याचबरोबर त्यांनी इतर वस्तूंच्या व्यापारातही प्रवेश केला होता.

उदय यांचा जन्म झाला, त्या वेळी त्यांचं कुटुंब बाबुलनाथला (मंदिराजवळच) एका मोठ्या घरात एकत्र राहत असे. घरात साठ माणसं होती. सर्व जण एकत्रच जेवत-खात असत. त्यानंतर उदय यांचे पिता व काका लॅबर्नम रोडवर राहायला गेले. लॅबर्नम रोड हा ह्यूजेस रोडनजिकचा शांत, पर्णाच्छादित, गुजराती प्राबल्य असलेला भाग होता. (ह्यूजेस रोडवरील 'कोटक कुंज' याच कुटुंबाच्या एका शाखेच्या मालकीचा आहे.) या कुटुंबाला मुलांना कॅथेड्रल, कॅम्पियन किंवा १९६० च्या दशकातील अशाच एखाद्या उत्तम शाळेत पाठवण्याच्या दृष्टीनं सुयोग्य पार्श्वभूमी असूनही त्यांनी मरिन ड्राईव्ह वरील 'हिंदी विद्या भवन' या फारशा परिचित नसलेल्या शाळेची निवड केली कारण या शाळेचं उद्घाटन मोरारजी देसाईंच्या

हस्ते झालं होतं आणि कोटक कुटुंबाची इथल्या राष्ट्रप्रेमी तत्त्वांवर श्रद्धा होती.

शाळेत असतानाच उदय यांच्या लक्षात आलं की, आपल्याला दोन विषयांत उत्तम गती आहे. पहिलं म्हणजे क्रिकेट – ते शाळेच्या क्रिकेट टीमचे कर्णधार बनले होते. कॉलेजमध्ये गेल्यावर ते 'कांगा लीग' मध्ये खेळत होते.

मात्र, दुसऱ्या विषयानं त्यांच्या जीवनाची दिशा ठरवली. त्यांचं अंकगणित अतिशय उत्तम होतं; जणू त्यांचं आकड्यांशी खास नातंच होतं! अंक त्यांच्याशी गुजगोष्टी करत असत. त्यांनी एखाद्या गणिताकडं पाहिलं की अकस्मात त्यांना त्यातून अधिक अर्थ गवसायचा. त्यांच्या वर्गातल्या कुणाही विद्यार्थ्यापेक्षा त्यांची या सदंर्भात बुद्धिमत्ता अधिक होती.

शाळेमध्ये त्यांनी चांगली कामगिरी करून दाखवली आणि 'सिडनहॅम' मध्ये चार वर्षांच्या बी. कॉम. अभ्यासक्रमाला प्रवेश घेतला. पहिल्याच वर्षी ते मुंबई विद्यापीठातील अग्रमानांकित विद्यार्थ्यांच्या पंक्तीत होते. तिसऱ्या वर्षापर्यंत त्यांनी मोठी भरारी घेतली. ते विद्यापीठात पहिले आले. कॉलेजच्या अखेरच्या वर्षातही असाच यशस्वी अध्याय पार पडला.

त्यानंतर त्यांनी घरच्या बिझनेसमध्ये येणं तर्कसंगत होतं, पण त्यांनी आधी एमबीए करायचं ठरवलं. त्यांनी फक्त एकाच ठिकाणी – मुंबईच्या 'बजाज'मध्ये – अर्ज केला आणि साहजिकच, त्यांची ताबडतोब निवडही झाली. "मला 'बजाज' खूप आवडलं," ते सांगत होते. ते स्पर्धात्मक क्रिकेटही खेळले आणि वर्गात पहिलेही आले.

आणि हो, ते जवळजवळ जग सोडून गेले होते.

मृत्यूची चाहूल

त्याचं असं झालं... १९७९ सालच्या सप्टेंबर महिन्यातली गोष्ट आहे. ते कांगा लीगमध्ये खेळत होते. त्यांनी एक चेंडू टोलवला आणि ते धाव काढण्यासाठी पळाले. त्यांना कसं घडलं ते आठवत नाही, पण बहुधा क्षेत्ररक्षकानं चेंडू स्टॅम्प्सवर टाकला आणि तो उदय यांच्या डोक्याला लागला.

ते घायाळ होऊन पिचवरच कोसळले. त्यांना ताबडतोब रुग्णालयात नेण्यात आलं. डॉक्टरांनी त्यांच्या आईवडिलांना सांगितलं, की मेंदूत रक्तस्त्राव झाला आहे, त्यामुळं जगण्याची आशा नाही. तरीसुद्धा त्यांनी ताबडतोब शस्त्रक्रिया केली.

ते सांगत होते की, "मला लागल्यापासून दोन तासांच्या आत शस्त्रक्रिया करण्याचा निर्णय घेतला, त्यामुळं माझे प्राण वाचले. त्यांनी जर विलंब केला असता तर आज नक्कीच 'कोटक महिंद्रा' नसतं."

सर्व प्रतिकूलतेवर मात करून उदय यांचे प्राण वाचले, पण शस्त्रक्रियेनंतर

पूर्ववत बरं व्हायला काही काळ लागला. त्यामुळं त्यांचं 'बजाज'मधलं एक सत्र वाया गेलं. दरम्यानच्या काळात त्यांना काहीच उद्योग नसल्यामुळं त्यांनी घरच्या उद्योगात लक्ष घातलं. ते फोर्टमधील नवसारी इमारतीतल्या त्यांच्या कार्यालयात जाऊ लागले.

इथं त्यांना खूप मोठा धडा मिळाला असला, तरी हा सुखद अनुभव नव्हता.

"प्रत्येक निर्णय घेताना मला घरच्याच चौदा लोकांशी वाटाघाटी कराव्या लागत असत. त्यातून मी एक गोष्ट शिकलो, ती म्हणजे घरच्यांसोबत कधीही बिझनेस करू नये. आज 'कोटक'मध्ये ५,००० कर्मचारी आहेत, त्यापैकी कुणीही माझ्या नात्यातला नाहीय," उदय म्हणाले.

अखेर, त्यांचं 'बजाज' मधलं शिक्षण पूर्ण झाल्यानंतर त्यांनी सूत व्यापार सोडून देऊन 'हिंदुस्तान लिव्हर'मध्ये रुजू व्हायचं ठरवलं. साहजिकच, यामुळं त्यांचे वडील गोंधळून गेले. त्यांनी घरच्या इतर मंडळींचा सल्ला घेतला. ते सर्व जणही उदय यांच्या अर्थविषयक कौशल्यानं प्रभावित झालेले होते. त्या सर्वांनी उदयना नवसारी इमारतीच्या आवारातच ३०० चौरस फुटांची कार्यालयीन जागा देण्यास मान्यता दिली. उदय यांचा उद्योग अजूनही भव्य कौटुंबिक उद्योगाचीच एक शाखा मानला जाणार असला तरी, आता ते स्वत:च्या मनाप्रमाणं वागायला मुक्त होते.

उदय यांच्या दृष्टीनंही हे ठीक झालं होतं कारण, एव्हाना त्यांच्या चाणाक्ष अर्थविषयक बुद्धिमत्तेनं खूप मोठ्या संधीची चाहूल घेतली होती.

संधी दार ठोठावत येते

"त्या काळी बँका ठेवीदारांना त्यांच्या पैशांवर ६ टक्के परतावा देत होत्या," उदय गतकाळात डोकावत म्हणाले, "पण जर एखादी कंपनी त्याच बँकेकडं कर्ज काढण्यासाठी गेली, तर तिला १६.५ टक्के व्याज आकारलं जात असे."

उदयना हा रिवाज काही योग्य वाटत नव्हता. साहजिकच बँका भरपूर पैसा कमवत होत्या. आणि हा रिवाज थोडाफार मोडण्याचा मार्ग शोधण्यासाठी कुणीतरी पैसे कमवायला हवे होते ही गोष्टही स्पष्ट होती.

याचदरम्यान त्यांना एक व्यक्ती भेटली. ही व्यक्ती 'नेल्को' या टाटा इलेक्ट्रॉनिक्स कंपनीसाठी अर्थसाहाय्य सांभाळत असे. नेल्कोला खेळतं भांडवल हवं होतं आणि उदयना यातच संधी दिसली. त्यांनी त्यांच्या सहकाऱ्यांशी व मित्रमंडळींशी चर्चा केली आणि नेल्कोला पैसे उसने देण्याबाबत विचारलं. या रकमेचा परतावा बँका देत असलेल्या ६ टक्क्यांपेक्षा जास्त असेल याची उदयनी त्यांना खात्री दिली.

"आमची कल्पना यशस्वी ठरली." ते म्हणाले, "कारण आम्ही टाटा कंपनीशी व्यवहार करत होतो. मी ज्यांच्या ज्यांच्याशी बोललो ते सर्व जण टाटा

कंपनीला पैसे उसने द्यायला तयार होते कारण या ठेवी धोकामुक्त होत्या.''

या तुलनात्मक सरळमार्गी व्यवहारानंतर, उदयनी हीच तत्त्वं वापरून 'बिल डिस्काउंटिंग' मध्येही प्रवेश केला. त्यानंतर त्यांनी आणखी एक संधी हेरली. १९८० च्या दशकाच्या प्रारंभी, प्रचंड आंतरराष्ट्रीय मालमत्ता असणाऱ्या अनेक परदेशी बँकांनी भारतात दुकान उघडलं होतं. सरकारी निर्बंधांमुळं या बँकांजवळ भारतात व्यवहारासाठी तितकेसे पैसे नव्हते. तर दुसरीकडं काही जुन्या परदेशी बँकांकडं– उदाहरणादाखल सांगायचं तर 'स्टॅन्डर्ड अॅन्ड चार्टर्ड'कडं भरपूर रोकड होती. त्यांना या पैशांचा उपयोग करण्यासाठी काहीतरी माध्यम हवं होतं. मग उदयनी या नव्या युरोपीय बँकांसाठी अर्थसाहाय्य मिळवून देण्याच्या क्षेत्रात प्रवेश केला.

''मला फारसं काही करावं लागलं नाही,'' ते सांगत होते, ''प्रश्न होता तो फक्त हुंडी मिळवण्याचा आणि त्यावर शिक्का मारण्यासाठी बँक मिळवण्याचा.''

हा किफायतशीर व्यवसाय होता. लवकरच ते वर्षाकाठी काही लाख रुपये मिळवू लागले. ही रक्कम 'बिझनेस स्कूल' मधून नुकत्याच बाहेर पडलेल्या तरुण व्यक्तीच्या दृष्टीनं काही वाईट नव्हती. आता आपण विस्तार करायला हवा ही गोष्ट जाणून त्यांनी त्यांचा कर्मचारीवृंद दुप्पट करत, तीनवरून सहा वर नेला. आता प्रश्न होता तो त्यांच्या कार्यालयाचा... त्याचा आकार तेवढाच होता, त्यामुळं त्यांनी यावर कल्पक मार्ग शोधला.

''आम्ही सगळी मेजं अर्धी कापून आमचं कार्यक्षेत्र दुप्पट केलं.'' ते म्हणाले.

महिंद्रांची जादू

उदय कोटक भूतकाळात डोकावून पाहतात तेव्हा त्यांना १९८५ हे साल सर्वांत महत्त्वपूर्ण वर्षांपैकी एक वाटतं. याच वर्षी त्यांनी 'ग्रिंडलेज'च्या सिडनी पिंटो या मित्र व मार्गदर्शक व्यक्तीच्या सल्ल्यावरून स्वतःचा स्वतः व्यवसाय सुरू करण्याचा निर्णय घेतला होता. याच वर्षी त्यांना जीवनसाथी – पल्लवी – भेटल्या. हे 'प्रथम तुज पाहता' प्रेम होतं : त्यांनी अवघ्या तीन महिन्यांत विवाह केला आणि याच वर्षी आनंद महिंद्रांनी – त्यांच्याशी उदयनी 'महिंद्रा युजिन'साठी निधी जमवताना व्यवहार केला होता – उदयना सांगितलं की, तुम्ही जो कुठला बिझनेस सुरू करणार असाल त्यामध्ये मी गुंतवणूक करीन.

''आनंद अमेरिकेच्या बिझनेस स्कूलमधून नुकतेच मायदेशी परतले होते. भारतातही वित्तसेवा क्रांती नक्कीच घडणार ही गोष्ट त्यांनी जाणली होती. १९८६ सालाच्या प्रारंभी, आमच्या व्यवसायानं बाळसं धरलं त्या वेळी, आनंदनी या कंपनीत चार ते पाच लाख रुपये घातले आणि त्यांच्या वडिलांनी कंपनीचं अध्यक्षपद स्वीकारायला मान्यता दिली. आमची गुंतवणूक ३० लाख रुपये होती.

मी अगदी झपाटून गुंतवणूकदार शोधत होतो. मी माझा स्वत:च्या 'स्टेक' घेण्यास समर्थ होण्यासाठी पैसे उसने घेत होतो,'' उदय आठवणींत डोकावून सांगत होते, ''आणि आनंद संचालक मंडळावर असल्यामुळं आम्ही आमच्या कंपनीला गोल्डमन साश किंवा अशाच एखाद्या मोठ्या पाश्चात्त्य फर्मसारखं 'कोटक महिंद्रा' असं संबोधू शकत होतो आणि अगदी प्रामाणिकपणे सांगतो. कोटक या नावाला काहीच अर्थ नव्हता. पण महिंद्रा हे नाव जोडलं गेल्यामुळं कंपनीला ताबडतोब विश्वासार्हता प्राप्त झाली.''

असा सगळा मंगल प्रारंभ होऊनही उदय १९८८ सालापर्यंत नवसारी इमारतीतच होते. त्यानंतर आनंद यांचे पिता – हरीष – यांच्या आग्रहावरून त्यांनी नरिमन पॉइंटला 'नरिमन भवन'मध्ये कार्यालयासाठी जागा घेतली.

''हा मोठा निर्णय होता, पण आता मागं वळून पाहता, तो आमच्या दृष्टीनं फार महत्त्वाचा होता असं वाटतं. आम्ही बिल डिस्काउंटिंग मधून पैसे मिळवत होतो. मी शेअर बाजार कार्ड विकत घेतलं होतं आणि आम्ही 'इक्विपमेंट लीजिंग'मध्येही होतो, ते लोकप्रिय 'टॅक्स शेल्टर' होतं.''

१९८९-९० मध्ये सिटी-बँकेनं भारतात कारसाठी अर्थसाहाय्य देण्याचा बिझनेस सुरू केला. त्या काळी, जादा पैसे दिले नाहीत तर गाडी मिळण्यासाठी जवळजवळ सहा-सहा महिने प्रतिक्षा करावी लागत असे. कोटकनी या बिझनेसमध्ये प्रवेश केला... तोसुद्धा अतिरिक्त लाभ देऊ करत. कोटक महिंद्रा त्यांच्या स्वत:च्या नावावर अनेक कार्स खरेदी करत असे. त्यामुळं तुम्ही त्यांच्याकडं कार घेण्यासाठी अर्थसाहाय्य घ्यायला गेलात तर तुम्हाला केवळ अर्थसाहाय्यच नव्हे तर ताबडतोब तिथल्या तिथं कारही मिळू शकत असे!

यानंतर, यशाच्या तोरणामध्ये एकेक पान जोडलं जात राहिलं. अनिल अंबानीच्या विवाहसोहळ्यात उदयना एक मित्र भेटले. त्यांचा मुदत ठेवींच्या वितरणाचा व्यवसाय होता. त्यांना या व्यवसायातून मुक्त व्हायचं होतं. उदयनी तत्परतेनं धाव घेतली. त्यांनी जवळजवळ ५० लाख रुपयांना ही कंपनी विकत घेतली आणि याच व्यवहाराचा भाग म्हणून त्यांना 'दलाल स्ट्रीट'वर ८०० चौरस फुटांचं कार्यालयही मिळालं. १९९१ साली कोटक महिंद्रा 'मर्चंट बँकिंग'मध्ये उतरली, त्यामध्येही त्यांना चांगला नफा मिळाला.

१९९१ सालच्या डिसेंबर महिन्यात त्यांच्या कंपनीनं समभाग विक्री केली आणि उदयना – त्यांचं सदैव स्वप्न होतं त्या – वित्तसेवा संस्थेची निर्मिती करण्याच्या मार्गावर आपण आहोत असं जाणवलं.

फारशी ज्ञात नसलेली कहाणी

१९९३ साली उदय आंतरराष्ट्रीय स्तरावर पोहोचले. दिल्लीतील 'युरोमनी' परिषदेत त्यांची 'गोल्डमन साश' कंपनीच्या लोकांशी भेट झाली. हे उदय यांच्याच शब्दांत सांगायचं तर "मी चक्क त्यांना चिकटलोच!"

गोल्डमन साशवाल्यांनी जे पाहिलं ते त्यांना आवडलं. उदय यांची ज्येष्ठ भागीदार हॅन्क पॉल्सन यांच्याशी मैत्रीच जुळली. त्यानंतर दोन वर्षांनी 'गोल्डमन साश'नं 'बँकिंग व सिक्युरिटीज' संदर्भात कोटकशी संयुक्त उपक्रमाचा (JV) करार केला. जवळपास त्याचदरम्यान महिंद्रा अ‍ॅन्ड महिंद्रानं 'फोर्ड'शी संयुक्त उपक्रमाचा करार केला. त्यामुळं कोटक महिंद्राला फोर्ड मोटर क्रेडिटसोबत संयुक्त उपक्रम सुरू करणं सोयिस्कर झालं.

"या सगळ्या गोष्टी माझ्या लेखी फार महत्त्वाच्या होत्या." उदय म्हणाले, "कारण त्यावेळपर्यंत मला जागतिक वित्तसेवा बिझनेस कसा सांभाळायचा याबद्दल काहीच माहीत नव्हतं. 'गोल्डमन साश'शी व्यवहार केल्यामुळं मी वित्तीय बिझनेस सांभाळायला शिकलो. भारतात परिस्थिती अतिशय वेगानं बदलतीय – विशेषत: आर्थिक सुधारणेनंतरच्या काळात आणि बिझनेस करण्याच्या जुन्या पद्धती नामशेष झाल्या आहेत, ही गोष्टही मला या व्यवहारानं शिकवली. आपल्याला जागतिक प्रमाणित नमुन्यानुसार काम करणं भाग होतं."

१९९८ साली, उदयनी 'कोटक म्यूच्युअल फंड' सुरू केला. त्यांच्या दृष्टीने ही वित्तसेवा क्षेत्रातील तर्कशुद्ध, विस्तारित शाखा होती. पण एव्हाना त्यांनी आणखी एक वेगळंही कार्य केलं होतं. हे त्यांनी इतक्या गुप्तपणे केलं होतं की, खरोखर कुणाच्या लक्षातदेखील आलं नव्हतं.

उदय कोटक 'प्रेस'मधील मातब्बर असामी बनले होते.

ते सांगत होते की, 'बिझनेस स्टॅन्डर्ड' विकत घेणं हा माझा मुळात कधीच उद्देश नव्हता. हे चांगलं वृत्तपत्र आहे असं इतर सर्वांप्रमाणेच त्यांनाही वाटायचं. जेव्हा त्यांना समजलं की, या वृत्तपत्राच्या मालकांकडं – कोलकात्याच्या एबीपी समूहाकडं – हे वृत्तपत्र व्यवस्थित चालवण्यासाठी आर्थिक पाठबळ नाहीय, तेव्हा ते दु:खी झाले.

"त्या वेळी," उदय म्हणाले, " 'बिझनेस स्टॅन्डर्ड'ला दरमहा दीड कोटी रुपयांचा तोटा होत होता आणि अशा तोट्यामुळं एबीपीचं दिवाळं वाजणार अशी खरोखर चिन्हं दिसत होती. त्यादरम्यान अवीक व अरूप सरकार माझ्याकडं आले. ते अत्यंत निकडीनं खरेदीदार शोधत होते."

एव्हाना एबीपीनं 'बिझनेस स्टॅन्डर्ड' एका स्वतंत्र कंपनीत घातलं होतं, पण अद्याप तोट्याची जबाबदारी त्यांच्याच शिरावर होती. ही नवी कंपनी विकत घेऊ

शकेल असा कुणीतरी श्रीमंत माणूस शोधायचा असा त्यांचा विचार होता.

''आम्ही सगळ्या सुपरिचित माणसांकडं – म्हणजे अंबानी, वाडिया, टाटा, इत्यादी – गेलो, पण कुणीही ही कंपनी विकत घेण्यात स्वारस्य दाखवलं नाही.''

या शोधमोहिमेतून काहीच गवसलं नाही त्यामुळं सरकार यांची हे सगळं सोडून द्यायची तयारी झाली.

''अरूप सरकारनी मला निरनिराळ्या शब्दांत हेच सांगितलं की, त्यांना 'बिझनेस स्टॅन्डर्ड' सुरू ठेवणं परवडणारं नाही आणि कुणीच खरेदीदार मिळत नसल्यामुळं ते आता सरळ हे वृत्तपत्र बंद करणार आहेत,'' उदय म्हणाले.

उदयनी याबद्दल विचार केला. त्यांच्या दृष्टीनं, 'बिझनेस स्टॅन्डर्ड' हे वाईट उत्पादन असणं ही समस्या नव्हतीच. समस्या होती ती, आर्थिक घसरणीची आणि 'बिझनेस स्टॅन्डर्ड'सारखा भव्य प्रकल्प इतक्या कमी भांडवलावर व आर्थिकदृष्ट्या कमकुवत झालेल्या मालकाच्या भरवशावर तग धरू शकत नव्हता.

''मी झटकन हिशोब मांडला. मी जर यात २० कोटी रुपये घातले तर आम्ही चित्र पालटू शकतो असा मला विश्वास वाटला. याचा संपादन खर्च काहीच नव्हता. सरकार इतके अस्वस्थ होते की, ते हे वृत्तपत्र अगदी कवडीमोलानं विकायला तयार होते. मला आम्ही नक्की किती पैसे दिले ते आठवत नाही, पण साधारण एक कोटीच्या जवळपास व्यवहार झाला. कोटक महिंद्राकडं भरपूर निधी होता – त्यापैकी काही गोल्डमन साशशी केलेल्या संयुक्त उपक्रमातला होता – त्यामुळं एवढा धोका पत्करायला काहीच हरकत नव्हती.''

उदय म्हणाले की, माझं एका बाबतीत चुकलं, पण एका बाबतीत माझं बरोबर ठरलं. 'बिझनेस स्टॅन्डर्ड'चे अत्यंत आदरणीय संपादक टी. एन. निनन यांनी जर बिझनेस चालवण्याची तयारी दाखवली तरच हे वृत्तपत्र तग धरून राहू शकेल अशी उदयना ठाम खात्री होती.

''प्रसारमाध्यम-बिझनेसमध्ये पत्रकारांच्या हाती कार्याची सूत्रं द्यावी लागतात कारण, त्यांना काय करायचं ते बरोबर समजतं. तुम्ही जर त्यांच्या कामात हस्तक्षेप केलात, त्यांच्यावर व्यवस्थापन लादायचा प्रयत्न केलात किंवा आपण या क्षेत्रातील कुणी मातब्बर असामी आहोत अशा थाटात त्यांच्याशी वागलात तर तुम्हाला या क्षेत्रात कधीही यश लाभणार नाही.'' उदय म्हणाले.

''म्हणून मी प्रत्यक्ष कार्यातून अंग काढून घेतलं. निनन यांच्याशी उत्तम सूर जुळणाऱ्या टी.थॉमस यांनी संचालक मंडळाचं प्रमुखपद सांभाळलं आणि निनन यांनी उत्तम संपादक असण्याबरोबरच अतिशय कुशाग्र व्यवस्थापकही असल्याचं सिद्ध केलं. आज या वृत्तपत्राला नफा होतोय तो निनन यांच्यामुळं,'' उदय म्हणाले.

''मग, तुमचं चुकलं ते कोणत्या संदर्भात?''

"मी जास्तच आशावादी होतो. वृत्तपत्र वर येण्यास माझ्या अपेक्षेपेक्षा बराच काळ लागला. मला यात २० कोटी रुपये घालावे लागतील असं वाटलं होतं, पण प्रत्यक्षात मी ४० कोटी रुपये घातले. शिवाय आम्ही 'ग्रेट ईस्टर्न शिपिंग'मधून नवे गुंतवणूकदार घेतले. त्यांनी आणखी २० कोटी रुपये घातले. अशा प्रकारे आम्ही, एकूण ६० कोटी रुपये घातले... म्हणजे माझ्या अंदाजाच्या तिप्पट रक्कम. पण," उदय म्हणाले, "हा बिझनेस इतके पैसे घालण्याजोगा होता कारण, हे वृत्तपत्र केवळ किफायतशीरच नव्हतं तर हे एक चांगलं वृत्तपत्र होतं."

आणि विशेष म्हणजे, त्यांनी हे सगळं तडीला नेलं आणि तेसुद्धा आपण 'प्रेस'मधील मातब्बर असामी आहोत ही गोष्ट जराही डोक्यात चढू न देता!

वाऱ्यावर स्वार

कोटक यांची उर्वरित कहाणी म्हणजे यशमालिकाच आहे. एकदा विशिष्ट ठोस रक्कम जमवल्यानंतर, उदयनी फक्त विस्तारच विस्तार केला. १९९० च्या दशकाच्या अखेरीस, त्यांचं नाव भारतीय वित्तक्षेत्रातील सर्वांत आदरणीय लोकांच्या यादीत जमा झालं होतं. जवळपास प्रत्येक मोठा व्यवहार त्यांच्या फर्मकडं येत होता. उद्योगपती आर्थिक बाबींत त्यांचा सल्ला घेत होते. भारतात मोठी आर्थिक गुंतवणूक करू इच्छिणारा कुणीही परदेशी माणूस पुढं पाऊल टाकण्याआधी उदय यांच्या दारावर थाप देऊ लागला.

यामध्ये फक्त एकच खिन्न क्षण आला होता. १९९७ मध्ये संपूर्ण भारतात वित्त कंपन्यांचा सुळसुळाट झाला होता, त्या वेळी उदयनी भाकित वर्तवलं होतं. त्यांनी त्यांच्या सर्व वरिष्ठ व्यवस्थापकांना बोलावून त्यांना सांगितलं होतं. "मी पैजेवर सांगतो की, एका वर्षाच्या आत यातल्या ९९ टक्के वित्त कंपन्या डबघाईला येतील. तुम्ही बिझनेस मिळवणं थांबवा. मला आपलं कर्जवितरण ५० टक्क्यांनी कमी करायचं आहे."

हे बोलणं विचित्र वाटलं तरी असं करणंच योग्य होतं. 'क्रेडिट स्क्वीझ'मुळं आर्थिक क्षेत्रानं आजवर कधीही न पाहिलेल्या सर्वांत मोठ्या पेचाला तोंड दिलं. बहुतेकशा वित्त कंपन्या डबघाईला आल्या, पण कोटकची झंझावाती घोडदौड सुरूच राहिली.

"मी माझ्या लोकांना सांगितलं की, तुम्ही इक्विटीवरील परताव्यावर नव्हे तर फक्त इक्विटीवरच लक्ष केंद्रित करा. म्हणजेच, तुमचं भांडवल आहे तसं शाबूत राखा." ते म्हणाले, "त्यामुळंच आम्ही त्या टप्प्यातून केसालाही धक्का न लागता, तरून गेलो. आम्हाला बुडीत कर्जामुळं १०० कोटी रुपयांचा दणका बसला, पण तोवर आम्ही हा आघात सोसण्याइतके दणकट बनलो होतो."

"हे तुम्हाला कसं काय जमलं?"

"मला वाटतं, माझ्या व्यक्तिमत्त्वाला दोन पैलू आहेत. एका बाजूला मला वर-वर चढणं आवडतं, मला विस्तार साधायचा असतो. पण त्याच वेळी मी अत्यंत पुराणमतवादी व सावध माणूसही असतो. माझ्या व्यक्तिमत्त्वातील या दोन परस्परविरोधी वैशिष्ट्यांमध्ये सदैव संघर्ष सुरू असतो. या बाबतीत, माझ्यातल्या पुराणमतवादीपणाचा विजय झाला. मी विचार करायचो की, जर यूटीआय अडचणीत आलं तर सरकार त्याची सोडवणूक करेल. पण कोटकची सोडवणूक करायला कुणीही येणार नाही. बहुधा या जाणिवेनंच आम्हाला वाचवलं असावं."

आता कोटक विमाक्षेत्रात आले आहेत; बँकिंगमध्येही त्यांनी प्रचंड विस्तार साधला आहे. 'ब्रँडिंग' संदर्भात त्यांनी असा निष्कर्ष काढला आहे की, 'कोटक' या एकाच नावावर भर दिला पाहिजे म्हणजे लोकांचा विविध कोटक कंपन्यांच्या नावावरून गोंधळ होणार नाही. ही कल्पना यशस्वी झालेली दिसतेय. उदय कोटकनी त्यांच्या कारकिर्दीच्या पहिल्या दशकात उद्योगपतींचा विश्वास जिंकला असेल तर, दुसऱ्या दशकात त्यांनी भारतीय ग्राहकाचा विश्वास जिंकला आहे – ग्राहक त्यांच्या बँकेत व विमा कंपनीत गर्दी करत आहेत.

ते अवघ्या सेहेचाळीस वर्षांचे आहेत. अजून त्यांच्यापाशी बरीच सक्रिय वर्षे आहेत. आपल्या अर्थव्यवस्थेत त्यांचं साम्राज्य अधिक मध्यवर्ती स्थानी गणलं जाईल. आणि अर्थविषयक सेवांच्या संदर्भात नक्कीच विकसित होईल.

"तुमचं आकड्यांचं कौशल्य तुम्हाला या स्थानापर्यंत घेऊन आलंय असं तुम्हाला कधी वाटतं का?" मी विचारलं.

"हा आकड्यांचा खेळ नाही." ते उत्तरले. "आकड्यांच्या संदर्भात माझ्यापेक्षा कितीतरी सरस असणारे बरेच लोक आहेत, अगदी माझ्या स्वत:च्याच कंपनीतसुद्धा आहेत. मी जे काही मिळवलंय ते या तीन गोष्टींमुळं : पहिली – आशयावर लक्ष केंद्रित करायचं, स्वरूपावर नव्हे. दुसरी – मूल्य पद्धतीवर श्रद्धा ठेवायची, फक्त नफ्यावर नाही आणि तिसरी – सर्जनशीलतेबरोबरच प्रक्रियेला असणारे महत्त्व ओळखणे. भारतीय लोक सर्जनशील असल्यामुळं आपण दक्षता व अंत:प्रेरणा यांच्या भरवशावर असतो. पण जेव्हा तुम्ही एखादी संस्था उभारत असता तेव्हा प्रक्रियेला पर्याय नसतो. परदेशी कंपन्यांशी केलेल्या सर्व व्यवहारांनी मला हे शिकवलं आहे."

"हेच तुमचं सर्वश्रेष्ठ यश आहे का?... की, तुम्ही अब्जाधीश, जागतिक आर्थिक क्षेत्रातील जादूगार आणि 'डील-मेकर' बनू शकला असता, पण तुम्ही त्याऐवजी संस्था उभारण्याचा निर्णय घेतला?"

"होय, तुम्ही निर्माण केलेली गोष्ट तुमच्या पश्चात टिकून राहू शकणार नसेल, तर मला वाटतं, तुम्ही अपयशी ठरलात."

■

अधिक व्यवसायाच्या शोधात : द किंगफिशर वे

विजय मल्ल्या

अध्यक्ष, यूबी समूह

✦

विजय मल्ल्या तीव्र प्रतिक्रियांना आमंत्रण देतात. ज्या लोकांचा त्यांच्याशी परिचय नाही, त्यांच्या दृष्टीने विजय मल्ल्या हे वलयांकित 'जेट-सेट' व्यक्तिमत्त्व आहे... वेगवान गाड्यांची, वेगवान अश्वांची व वेगवान जीवनाची आवड असणारं व्यक्तिमत्त्व. त्यांची संपत्ती अमर्याद असावी. त्यांचे इंटरेस्ट्स वर्षावर्षाला बदलताना दिसतात. मात्र, त्यांनी काहीही केलं तरी, ते त्यावर भरपूर पैसे खर्च करतात.

तथापि, जे लोक त्यांना ओळखतात ते त्यांच्या बाबतीत जरा कडकच नियम लावतात. त्यांच्या साम्राज्याचा विस्तार व त्यांचे नि:संशय यश – त्याविषयी नंतर बोलूच – या गोष्टी असूनही त्यांना ते ज्या आदराला पात्र आहेत तो आदर बिझनेस समुदायाकडून कधीच मिळत नाही.

यापैकी काही गोष्टींमुळं ते बाहेरच्यांना वलयांकित वाटतात. भारतीय उद्योगात संपत्ती दाखवून न देण्याची भक्कम परंपरा आहे. याचं काही अंशी कारण असं आहे की, श्रीमंत भारतीय गरीब देशामध्ये त्यांना असणाऱ्या विशेष स्थानाबद्दल सजग आहेत. त्यांना त्यांच्या पैशाकडं फाजील लक्ष वेधून घ्यायचं नाहीय. आणि काही प्रमाणात हेही कारण आहे की, पारंपरिक उद्योगांतील विशिष्ट वर्ग डोळ्यात

"मला रिचर्ड ब्रॅन्सन व्हायचं नाहीय.
मला विजय मल्ल्या बनूनच राहायचं आहे."

भरण्याजोगे पैसे उधळण्याला नवश्रीमंतीचं बाळसं मानतो. पूर्वापार श्रीमंत माणसं पैशाचं दिमाखदार प्रदर्शन करत नाहीत; पैसा स्वत:च काय ते बोलू दे अशी त्यांची धारणा असते.

इतर उद्योगांतील लोकांची त्यांच्याविषयीची काही मतं या समजुतींतून निर्माण झाली आहेत की, ते विशेष गांभीर्यानं, रस न घेता किंवा अभ्यास न करता, एका बिझनेसमधून दुसऱ्या बिझनेसमध्ये उड्या मारत असतात. त्यांनी खास असं कशातच यश मिळवलेलं नाही, तरीसुद्धा ते टिकाव धरून आहेत ते त्यांच्या पित्यानं त्यांच्यासाठी मागं ठेवलेल्या मद्य साम्राज्याच्या सामर्थ्यावर.

आणि अर्थातच यांपैकी काही मतं त्यांच्या व्यक्तिमत्त्वामुळं निर्माण झाली आहेत. उद्योग जगतातील वातावरणात, जिथं अनिल अंबानीना – जे धूम्रपान, मद्यपान अथवा मांसाहार घेत नाहीत व ज्यांची फावल्या वेळातील मनमोहक कृती म्हणजे मॅरेथॉनमध्ये धावणे ही आहे त्यांना – भपकेबाज मानलं जातं, तिथं विजयना काय म्हणावं हे कुणालाच कळत नाही.

त्यांची एक गोष्ट म्हणजे – दागदागिने. विजय दररोज जेवढे दागिने परिधान करतात तेवढे कुणा कारखानदाराची पत्नीसुद्धा परिधान करत नसेल! आणखी एक गोष्ट म्हणजे – त्यांचा ताफा. विजय कधीही एकटे नसतात. ते जिथंजिथं जातात तिथंतिथं त्यांचे मित्र, कर्मचारी व चमचेही सोबत जातात. दररोज सायंकाळी त्यांच्या दिवाणखान्यात न संपणाऱ्या पार्टीचा भास होत असतो. आणि ते जेव्हा बोलतात तेव्हा सदैव असं जाणवतं की, ते तुमच्या डाव्या खांद्यामागच्या अदृश्य अशा प्रचंड जमावाला उद्देशून बोलत आहेत.

या सगळ्या गोष्टींमुळं इतर व्यावसायिकांना फार अस्वस्थ होतं.

पण याचमुळं विजयना अतिशय आनंद मिळतो.

लक्ष्मीपुत्र

मला वाटतं तुम्ही विजय मल्ल्या यांच्या किशोरावस्थेतील परिस्थिती जाणून घेतल्याखेरीज त्यांना कधीच पूर्णपणे समजू शकणार नाही.

ते श्रीमंत माणसाचे सुपुत्र होते हे खरं असलं तरी, त्यांची जडणघडण होताना त्यांना कधीच या गोष्टीची जाणीव दिली गेली नाही. त्यांचे पिता – स्व. विठ्ठल मल्ल्या अब्जाधीश होते. त्यांनी मद्य व्यापारात नशीब घडवलं होतं, पण त्यांनी कधीच त्यांच्या संपत्तीकडं लक्ष वेधून घेतलं नाही.

विजय लहान असताना त्यांचे मातापिता विभक्त झाले आणि विजय आईसोबत कोलकात्याला गेले. त्यांच्या वडिलांनी पुनर्विवाह केला आणि बेंगलोरमध्ये नव्यानं संसार थाटला. आता विठ्ठलजींच्या संपत्तीचा लाभ कुणाला होत असेल, तर तो

होत होता त्यांच्या नव्या कुटुंबाला. विजय सांगतात की, ते चांगलं सामान्य उच्च-मध्यमवर्गीय आयुष्य जगत होते. ते जादा पॉकेटमनी मिळवण्यासाठी लोकांच्या गाड्यांचे व्यवहार ठरवून देत असत. त्यांना वडिलांना परदेशवारीहून परत येताना (Levi's) जीन्स आणायला सांगितल्याचं स्मरतंय.

मी पंधरा वर्षांपूर्वी पहिल्यांदा त्यांची मुलाखत घेतली होती त्या वेळी त्यांची कहाणी समजली होती... ते वडिलांच्या पसंतीसाठी किती तळमळत असायचे, विठ्ठलजी मुलाला भेटायचे तेव्हा किती प्रेमभरानं वागायचे, पण त्यांनी मिळकतीबद्दल कधीही काही कबूल केलं नव्हतं, विजयना आत कुठंतरी खोलवर त्यांच्या नव्या कुटुंबाच्या मर्सिडीज जीवनशैलीबद्दल कशी असूया वाटायची... आणि एके दिवशी आपण इतके श्रीमंत होऊ याचं त्यांनी कधी स्वप्नसुद्धा पाहिलं नव्हतं... त्या मुलाखतीत अशा एकेक गोष्टी उलगडल्या होत्या.

आता ते या कहाणीतले कोणतेही अत्यावश्यक मुद्दे नाकारत नसले तरी आता ते ही कहाणी सांगायला तितके उत्सुक नसतात. उलट, ते त्यांच्या वारशासंदर्भातल्या चर्चा करण्यापेक्षा स्वत:ची कामगिरी केंद्रस्थानी ठेवतात.

अखेर, विठ्ठलजींनी विजयना 'माझा उत्तराधिकारी तूच असशील' या गोष्टीची पुसटशी कल्पना दिली. नव्या कुटुंबात मुलगा नव्हता आणि त्यांनी विजयना त्यांच्या अनेक कंपन्यांत उमेदवारी करायला लावली व त्यानंतर त्यांना अमेरिकेत प्रत्यक्ष कामाचं प्रशिक्षण घ्यायला पाठवलं.

त्यानंतर, विजय तयार झाले असं कुणाच्या मनात यायच्या आत, विठ्ठल निवर्तले. त्या वेळी यूबी साम्राज्य अनेक संस्थानांत विभागलं गेलं. या प्रत्येक संस्थानाला एक व्हाइसरॉयही होता. यापैकी बहुतेकसे लोक विठ्ठलजींचे समकालीन होते. त्यांच्या दृष्टीनं विजय वडिलांची जागा घेण्याची बुद्धिमत्ता वा अनुभव नसलेले उद्दाम तरुण होते.

विजय यांची पहिली लढाई होती ती वडिलोपार्जित मिळकत प्राप्त करण्याची. विजय या साम्राज्याचा ताबा सांभाळण्यास सक्षम होईपर्यंत, त्यांनी एकामागोमाग एक व्हाइसरॉयवर मात तरी केली किंवा त्यांना जिंकलं तरी. त्यानंतर त्यांनी आपण जॅकपॉट लागलेला मूर्ख माणूस नसल्याचं सिद्ध करण्याच्या आतुरतेतून, गुंतवणूक-मालिकाच सुरू केली. त्यातील बहुतेकशा गुंतवणुका अयशस्वी ठरल्या.

कल्पना सगळ्याच चांगल्या होत्या, पण त्यांच्या प्रत्यक्ष अंमलबजावणीचा पत्ता नव्हता. त्यांनी 'सॉफ्ट ड्रिंक्स' क्षेत्रात प्रवेश केला, पण 'थ्रिल' हा त्यांचा कोला अपयशी ठरला. त्यांनी 'फास्ट फूड' उद्योगाचं सामर्थ्य ओळखलं, पण त्यांची पिझ्झा शृंखला अपयशी ठरली कारण ते पिझ्झाच घाणेरडे होते.

त्यानंतर त्यांनी फाजील शहाणपणाच्या पायी अहित ओढवून घेतलं. त्या काळी मारवाडी उद्योगपती मागच्या दारानं परदेशी कंपन्या ताब्यात घेत होते. ते एखाद्या अनिवासी भारतीयाला गाठून, त्याला भारतीय कंपनीचे परदेशी समभाग त्याच्या नावे विकत घ्यायला सांगत असत. अर्थातच हा सर्व बेनामी व्यवहार होत असे, शिवाय त्या मारवाड्याचा प्रभावी ताबाही राहत असे. अनिवासी भारतीयांच्या गुंतवणुकीला प्रोत्साहन देण्यासाठी कायद्यात दुरुस्त्या करण्यात आल्यामुळं ही योजना – किमान कागदोपत्री तरी – संपूर्णत: कायदेशीर होत असे.

विजयनी मनू छाब्रियांशी (यादरम्यान ते आर.पी. गोयंकांशी भागीदारीमध्ये 'डनलॉप' खरेदी करण्याच्या वाटाघाटी करत होते.) संपर्क साधला आणि आर. जी. शॉ ही परदेशी कंपनी विकत घेण्याची योजना आखली. या कंपनीचा यूबीची प्रमुख प्रतिस्पर्धी शॉ वॉलेसमध्ये 'कंट्रोलिंग स्टेक' होता.

'शॉ वॉलेस' चालवणाऱ्या व्यावसायिक व्यवस्थापकांनी जोरदार प्रतिकार केल्यामुळं हा व्यवहार फिसकटला. शिवाय त्यांनी अंमलबजावणी अधिकाऱ्यांना विजय यांच्या या व्यवहारातील संशयास्पद भूमिकेबाबत सावध केलं.

विजय व छाब्रिया या दोघांवरही धाडी पडल्या. छाब्रिया अनिवासी भारतीय असल्यामुळं ते भारतीय कायद्याच्या मर्यादेच्या परिघाबाहेर होते. पण विजयना अशी कुठली कवचकुंडलं नव्हती. त्यांची छळवणूक झाली, कसून चौकशी झाली. त्यांना अटकसुद्धा झाली. जसजसा दबाव वाढला, तसं त्यांचं छाब्रियांशी बिनसलं आणि अखेर, जेव्हा शॉ वॉलेस कंपनी ताब्यात घेण्याच्या हालचाली झाल्या तेव्हा विजय मल्ल्यांचा कंपनीत 'स्टेक'च नव्हता.

१९८० च्या दशकाच्या अखेरीस, शॉ वॉलेस कंपनी ताब्यात घेण्याचा फसलेला प्रयत्न, अपयशी पिझ्झा व्यवसाय, कोला पेयाचा फुसका बार आणि अंमलबजावणी अधिकाऱ्यांचे सततचे कज्जेखटले... अशा परिस्थितीत विजय मल्ल्यांच्या दृष्टीनं सगळीच दानं अगदी वाईट पडतायत असं दिसू लागलं होतं.

बहुधा व्हाइसरॉयना वाटत होतं ते बरोबरच होतं.

जागतिक कंपनी

याला प्रत्युत्तर म्हणून विजय अनिवासी भारतीय बनले. त्यांनी एका फटक्यात सगळ्या 'फेरा' समस्यांतून सोडवणूक करून घेतली आणि ते परकीय व्यवहारांच्या चौकशीच्या ससेमिऱ्यापलीकडं पोहोचले. पण ते विजय असल्यामुळं त्यांनी तेसुद्धा 'स्टाइल'मध्ये केलं. त्यांनी इंग्लंडमध्ये भव्य कंट्री हाऊस घेतलं, लवकरच तिथं खासगी विमान दाखल झालं – भारतीय उद्योगपतींनी स्वत:ची विमानं घेण्याची फॅशन येण्याच्या कितीतरी काळ आधी.

त्यानंतर, विजयनी परदेशी कंपन्यांकडं लक्ष वळवलं. त्यांनी आफ्रिकेकडं मोहरा वळवला आणि 'बर्जर पेंट्स' मध्ये गुंतवणूक केली. 'मला पहिली भारतीय बहुराष्ट्रीय कंपनी निर्माण करायची आहे,' असं त्यांचं म्हणणं होतं. मला त्यांना या योजनेबद्दल बोलताना ऐकलेलं आठवतंय.

मी त्यांना शक्य तितक्या नम्रतेनं विचारलं की, "ज्या माणसाला भारतीयांना पिझ्झा विकण्यात अपयश आलं, त्या माणसाच्या मनात आपण जागतिक कंपनी निर्माण करू शकतो अशी कल्पना कशी आली?"

यावर विजयनी तर्कशुद्ध उत्तर दिलं. ते म्हणाले की, भारतीय व्यवस्थापकांचं कौशल्य हे या देशाचं मोठं सामर्थ्य होतं. त्यांची योजना होती किमतीच्या संदर्भात कमी लेखल्या गेलेल्या (undervalued) आंतरराष्ट्रीय कंपन्या विकत घेणं आणि त्या चालवण्यासाठी भारतीय व्यवस्थापकांची नेमणूक करणं. आपल्या मायदेशी जडणघडण झालेल्या व्यावसायिकांच्या बुद्धिमत्तेचा स्पर्श झाल्यामुळं या कंपन्यांचा चेहरामोहराच पालटणार होता, तोसुद्धा कमीतकमी खर्चात. एकदा का तसं घडलं की ते या भरभराटीला आलेल्या बहुराष्ट्रीय कंपन्या चालवणार होते किंवा भरभक्कम किमतीला विकून टाकणार होते.

ते जे काही म्हणत होते त्यात नाकारण्याजोगं काहीच नव्हतं, पण तेव्हासुद्धा त्यांना चांगलं ओळखणाऱ्या लोकांनी मला सावध केलं होतं, "विजय संभाषणचतुर आहेत. ते एस्किमोंना डीप-फ्रीजर्स विकू शकतात. पण समस्या फक्त इतकीच आहे की, ते स्वत:च्याच मूर्ख मतांना चिकटून असतात."

त्या काळात त्यांच्या 'स्टाइल'बद्दलची अशी दुखावणारी मतं नेहमीच ऐकायला मिळत होती, त्यापैकी बरीचशी मत्सर व झिंग यांच्या मिश्रणातून उद्भवलेली असत. याकडं टीकाकारांच्या नजरेतून पाहण्याचा प्रयत्न करा : या भडक दिखाऊ माणसाला भारतीय उद्योगातील एका महान, प्रसिद्धीपराङ्मुख, अलौकिक व्यक्तिमत्त्वाकडून मद्य साम्राज्याचा वारसा लाभला. त्यानं १९८० च्या दशकात व १९९० च्या दशकाच्या प्रारंभी केलेली जवळपास प्रत्येक गोष्ट अयशस्वी ठरली होती – कोला, पिझ्झा, शॉ वॉलेस कंपनी घेण्याचा प्रयत्न, मेंगलोर केमिकल्स... आणि इतर काय काय देवालाच ठाऊक आणि तरीही, ते जरासुद्धा विचलित झाले नाहीत. त्यांचा आत्मविश्वास कधीही डळमळला नाही. हे सगळं जणू काही त्यांच्या 'स्टाइल'ला धक्का लावत असल्यासारखं. त्यांनी पैसे खर्च केले. त्यांनी खासगी विमानं खरेदी केली, कंट्री हाऊसेस घेतली आणि डझनावारी शर्यतीचे घोडे घेतले. हे सगळं सोडणं त्यांना कसं शक्य होतं? पण, काहीतरी नक्कीच सोडावं लागणार होतं.

अशा प्रकारे, १९९० च्या दशकाच्या पूर्वार्धात बिझनेस समुदाय विजय यांची

निंदा करत होता, 'ते संपणार' असं भाकीत वर्तवत होता. ते अत्यंत विस्कळीत झाले आहेत असं त्यांच्याविषयी म्हटलं जाऊ लागलं. ते एकाही पूर्वनियोजित भेटीसाठी वेळेवर हजर राहत नव्हते. ते त्यांच्या कर्मचाऱ्यांना चमच्यांसारखं वागवत होते (विजय यांच्या एका समकालीन व्यक्तीनं मला त्या काळातली एक दुर्गुणकथा सांगितली होती की, मल्ल्या त्यांच्या वरिष्ठ व्यवस्थापकांना त्यांच्यासोबत टेनिस खेळायला बोलवत असत. जोपर्यंत हे लोक हरत असत, तोवर त्यांची कारकीर्द अबाधित असायची, पण जर का त्यांनी मल्ल्यांना हरवायचं धाडस केलं...). त्यांच्याविषयीच्या ओंगळ तर्कवितर्कांनी अक्षरश: कळस गाठला. त्यांच्या प्रतिस्पर्ध्यांनी त्यांचं प्रमाणाबाहेर बाता मारणारे, कर्जात रुतलेले आणि अगदी छोट्या कर्जाऊ रकमासुद्धा भागवण्यास असमर्थ किंवा कदाचित ते भागवण्याची इच्छा नसलेले असं चित्र उभं केलं. जोपर्यंत हे सगळं गप्पांच्या फडांपुरतं मर्यादित होतं तोवर विजयनी फारसं लक्ष दिलं नाही. पण त्यानंतर 'बिझनेस टूडे'नं त्यांना मुखपृष्ठावर आणलं. त्याचा मथळाच तडाखेबाज होता – 'इज विजय मल्ल्या गोइंग बस्ट' असा तो प्रश्नार्थक मथळा होता.

त्यामुळं विजय गोंधळून गेले, संतापले, अस्वस्थ झाले. तो लेख प्रसिद्ध झाल्यानंतर लगेचच माझी त्यांच्याशी बेंगलोरमध्ये भेट झाली होती. त्या वेळी त्यांनी या लेखाबद्दल त्यांचा एकेकाळी मित्र असणाऱ्या पण आता प्रतिस्पर्धी बनलेल्या व्यक्तीला दोषी ठरवलं होतं. (आता ती व्यक्ती हयात नाही.) त्या वेळी ते सांगत होते की, मला प्रत्येक बँकरला, व्यावसायिक संबंधिताला फोन करून खात्री द्यावी लागली की, 'बिझनेस टूडे'मध्ये आलेलं खरं नाही, माझं अजिबात दिवाळं वाजलेलं नाही.

जुगार जिंकला!

आज मागं वळून पाहता, लोकांना विजय मल्ल्यांकडं जेवढे पैसे आहेत असं वाटत होतं त्यापेक्षा ते कितीतरी जास्त पैसे उधळत होते यात शंकाच नाही. त्याहून वाईट गोष्ट म्हणजे, ज्या काळात भारतीय उद्योगाला अद्याप जागतिक दृष्टिकोन लाभलेला नव्हता, त्या काळात विजय परकीय चलनात खर्च करत होते. त्यामुळं इतर उद्योगपतींना ते अतिशहाणपणाच्या पायी स्वत:चं नुकसान करून घेत आहेत असं वाटलं तर त्यात आश्चर्य नव्हतं.

पण टीकाकारांनी तीन महत्त्वाच्या चुका केल्या. सर्वांत पहिली म्हणजे, त्यांनी विजय यांचा मद्य उद्योग किती किफायतशीर आहे याचा अंदाज बांधण्यात चूक केली. विजय यांच्या इतर कंपन्यांत काहीही झालं तरी, मद्य उद्योगानं त्यांना सदैव रोकड श्रीमंती बहाल केली. दुसरी चूक म्हणजे, ते किती मोठे धोके पत्करणारे

आहेत ही गोष्ट त्यांनी ओळखली नाही : आठवून बघा, त्या काळी भारतीय उद्योगपती प्रकल्प उभे राहण्याआधीच त्यातून आपले पैसे काढून घेण्याच्या वृत्तीचे होते. त्यामुळं विजय त्यात स्वत:चे पैसे घालत आहेत ही गोष्ट त्यांच्या प्रतिस्पर्ध्यांच्या आकलनाबाहेरची होती.

आणि तिसरी चूक म्हणजे, कुणीच एक मुद्दा लक्षात घेतला नाही, तो म्हणजे: विजय मल्ल्या अत्यंत नशिबवान आहेत. त्यांनी काहीही केलं तरी ते स्वत:ला सहजपणे सावरू शकतात. त्यांची अपयशं चटकन विस्मृतीच्या पडद्याआड जातात (जगाच्या दृष्टीनं जातातच पण विजय स्वत:च ती विसरतात) आणि त्यांचं यश टिकून राहतं.

त्यामुळं साशंक मंडळी त्यांना अपयशी मानत असली तरी, विजय इतर अनेक गोष्टींवर लक्ष केंद्रित करत होते. 'किंगफिशर' बिअर हा जागतिक ब्रँड बनवणं ही त्यांची महत्त्वाकांक्षा होती – त्यांचा हा प्रयत्न चांगलाच यशस्वी झाला आहे ही गोष्ट त्यांचे टीकाकारसुद्धा मान्य करतील. ज्या वेळी छाब्रिया बंधूंचं परस्परांशी बिनसलं त्या वेळी विजयनी संधी हेरली आणि ताबडतोब किशोर छाब्रियांशी हातमिळवणी करून, 'ऑफिसर्स चॉइस' या यशस्वी व्हिस्कीसाठी त्यांच्याशी भागीदारी केली. (पुढं दशकभरानं या उद्योगाचा शोकान्त झाला असला तरी त्या वेळी या उद्योगानं मनूंचं नुकसान केलं आणि अखेर, विजय या व्यवहारातून मोठं नुकसान न होता बाहेर पडले.) त्यानंतर त्यांना प्रसारमाध्यम क्षेत्रानं भुरळ घातली. त्यांनी 'ब्लिट्झ' घेतलं, 'एशियन एज'च्या बेंगलोर आवृत्तीची 'फ्रँचायजी' मिळवली, त्यांनी दूरचित्रवाहिनीमध्ये गुंतवणूक केली, त्यांचे मित्र केतन सोमय्या आर्थिक अडचणीत आले त्या वेळी त्यांनी 'सिने ब्लिट्झ' ही घेतलं (पुढं ते 'हाय ब्लिट्झ' बनलं. त्यामध्ये विजय दरमहा ठळकपणे झळकू लागले.)

ते या सगळ्या गोष्टी करू शकत होते कारण, मद्य उद्योग अधिकाधिक सामर्थ्यसंपन्न होत होता. हे लोकांच्या नजरेला आलेलं नव्हतं. विठ्ठलजी मद्यउद्योगाला धार्मिक वृत्तीच्या, प्रतिबंध-प्रिय राजकारण्यांकडून असणाऱ्या धोक्याबाबत सावध होते (१९७७ साली मोरारजींना दारुबंदी करायची होती, ही गोष्ट त्यांच्या लक्षात होती) त्यामुळं आपल्या समूहाचं भवितव्य विकेंद्रीकरणात आहे असं त्यांचं मत होतं. विजयनीही विकेंद्रीकरणाबाबतचं मत समजून घेतलं पण ते धोके पत्करणारे असल्यामुळं त्यांनी वाढत्या मद्य उद्योगात गुंतवणूक केली. या जुगारात पानं मनाजोगती पडली आणि नफा गगनाला भिडला.

ब्रँड ॲम्बॅसडर

या शतकाच्या प्रारंभी, विजय मल्ल्यांना दुर्लक्षिणं शक्यच नव्हतं. त्यांनी त्यांची जीवनशैली थोडी खालच्या स्तरावर आणण्याचा मुळीच प्रयत्न केला नाही – उलट त्यांनी मॅनहॅटन, कॅलिफोर्निया व गोवा या ठिकाणी आणखी घरं घेतली. त्यांच्या अश्वांनी सगळ्या मोठ्या शर्यती जिंकल्या. वेगवान गाड्यांचं आगमन होतच राहिलं. व्हरसॅस शर्ट्सची जागा इतर कुठल्याशा फॅशनेबल शर्ट्सनी घेतली, पण ते कपडेही तितकेच भपकेबाजच राहिले. आता आणखी काही खासगी विमानांचीही भर पडली, त्यात भलंमोठं 'बोईंग ७२७' विमानही दाखल झालंय. हे विमान त्यांनी अशा पद्धतीनं बनवून घेतलंय की, त्यामधून त्यांचे पाहुणे नृत्यसंगीताचा, मैफलीचा आस्वाद घेत इप्सित स्थळापर्यंत जाऊ शकतील.

त्यांना त्यांच्या जीवनशैलीबद्दल प्रश्न विचारला तेव्हा त्यांच्याजवळ चलाख उत्तर तयारच होतं.

''मी मौजेच्या क्षणांना चालना देण्याच्या उद्योगात आहे,'' ते म्हणाले, ''त्यामुळं मी जे काही केलं ते यूबी ब्रँडच्या जाहिरातीसाठी उपयोगी पडलं.''

ते म्हणाले की, ''मी हे सगळं कंपनीसाठी करत होतो. मी 'किंगफिशर'चा ब्रँड ॲम्बॅसडर होतो.''

पार्ट्या सुरू होत्या... मद्य उद्योगात घसघशीत नफा मिळत होता, तरी विजयना कुठंतरी कंटाळवाणं वाटत होतं. त्यांना काहीतरी थरार हवा होता, जो बिअर किंवा 'ब्लॅक डॉग'मधून मिळत नव्हता. ('ब्लॅक डॉग' हा जगप्रसिद्ध स्कॉच व्हिस्की ब्रँड त्यांच्याच मालकीचा आहे.) त्यांना प्रसारमाध्यमांचा कंटाळा आला होता, जगभर हवाई सफरी करण्याचा कंटाळा आला होता, तसंच त्यांना भारतीय मालकीच्या बहुराष्ट्रीय कंपन्या उभारण्यातही रस वाटेनासा झाला होता.

त्यामुळं साहजिकच पुढची पायरी होती – राजकारण. विजय यांचा कर्नाटकचे माजी मुख्यमंत्री रामकृष्ण हेगडे यांच्याशी कायमच स्नेह होता. कर्नाटकमधील राजकारणात सावळा गोंधळ माजला होता, त्यादरम्यान हेगडेंनी विजयना सार्वजनिक जीवनात प्रवेश करण्याचं सुचवलं. खरं तर हेगडेंनी विजय त्यांचे भावी वारसदार होऊ शकतील असं म्हटलं होतं.

विजय कुठल्याही पक्षाकडं गेले नाहीत, तर त्यांनी स्वत:चा पक्ष स्थापला. जेव्हा त्यांना नावाची गरज भासली तेव्हा त्यांनी सुब्रमणियम स्वामींशी संधान बांधलं. त्यांच्याकडं 'जनता पक्षा'चं नाव होतं. विजयना राज्यसभेची निवडणूक जिंकणं शक्य झालं कारण, काही आमदारांनी आपापल्या पक्षाच्या उमेदवारांना टाळून विजयना मत दिलं. संसदेत प्रवेश करताच विजयना जाणवलं की, आपल्याला

हेच करायचं होतं.

यादरम्यान मी विजय मल्ल्यांची दोनदा मुलाखत घेतली होती. तेव्हा त्यांनी मला नेहमीची ठरावीक अलंकारिक उत्तरं दिली असली (म्हणजे 'मी हे भारतमातेच्या सुपुत्रांच्या भविष्यासाठी करत आहे') तरी, आता आपल्याला प्रभावी राजकीय सामर्थ्य वापरण्याची खरीखुरी संधी आहे असं त्यांना नक्कीच वाटत होतं.

त्यांची योजना अशी होती : कर्नाटकातील राजकारणात सावळा गोंधळ माजलेला असताना, कोणत्याही नव्या पक्षाला ठोस जागा मिळवण्याची उत्तम संधी आहे. पण हे बहुमतासाठी पुरेसं ठरणार नाही, तरीसुद्धा अल्पमतातील सरकारांच्या काळात, विजय यांचा पक्ष सत्तेचा उत्तम समतोल राखू शकतो.

या दशकाचा बहुतेकसा काळ विजय राजकारणानं भारलेले होते. त्यांनी अख्खं कर्नाटक राज्य पिंजून काढलं (एकदा त्यांच्या हेलिकॉप्टरचा अपघात झाला होता, त्या वेळी त्यांच्या जिवावरसुद्धा बेतलं होतं), त्यांनी प्रतिकात्मक कृती म्हणून टिपू सुलतानची तलवार आणली, ते जणू यशावर स्वार झाल्यासारखे वागत होते.

पण दुर्दैव! त्यांचे बहुतेकसे उमेदवार हरले – त्यांची अनामत रक्कमसुद्धा जप्त झाली. नजिकच्या आंध्रमध्ये त्यांच्या चिन्हावर निवडणूक लढवणारे अवघे काही उमेदवारच निवडून आले. या तडाख्यानं एखादा माणूस उद्ध्वस्त झाला असता, पण विजयनी ही गोष्ट सहज सोडून दिली.

"आम्हाला पाय रोवायला पुरेसा वेळच नव्हता." आता ते म्हणतात, "आमचा पक्ष नवा असूनही आम्ही चांगलीच कामगिरी केली. कदाचित, पुढच्या निवडणुकीत आम्ही यापेक्षा चांगली कामगिरी करून दाखवू."

काहीही असलं तरी, अद्याप त्यांच्याकडं राज्यसभेचं सदस्यत्व आहे.

त्यांचे टीकाकार त्यांच्या राजकीय कारकिर्दीच्या फटफजितीची चिरफाड करत होते त्या वेळी हे दस्तुरखुद्द पुढच्या भव्यदिव्य कामाकडं केव्हाच वळले होते. हे त्यांच्या लौकिकाला साजेलसंच होतं. विमानक्षेत्र खुलं होताच विजयनी स्वतःची हवाईसेवा सुरू करायचं ठरवलं.

'किंगफिशर' – त्यांनी हेच नाव त्यांच्या हवाईसेवेला दिलं – अनेक रूपांतून गेलं. सुरुवातीला ही अल्प-दराची हवाईसेवा करण्याची योजना होती. त्यांच्या जनसंपर्क विभागातील लोकांनी दाढीधारी, भपकेबाज विजय भारताचे रिचर्ड ब्रॅन्सन होतील असं म्हटलं होतं. आणि ज्याप्रमाणे ब्रॅन्सननी अटलांटिक पलीकडं प्रवासक्रांती घडवली त्याच प्रमाणे विजयही पर्यटकांच्या नव्या पिढीला अल्पदरात पण फॅशनेबल सेवा पुरवणार होते.

हे सगळं खूप छान होतं पण मला मात्र एकाच वाक्यात 'विजय मल्ल्या'

आणि 'अल्पदर' हे दोन शब्द एकत्र असणं खटकत होतं. विजय यांच्या बाबतीत अल्प-दराचं वगैरे काहीही असत नाही आणि किंगफिशर ब्रँडची कोणतीही विस्तारित शाखा 'ब्रँड इमेज'ला धक्का न लावता स्वस्ताईच्या प्रदेशात कशी काय उतरणार ते मला कळत नव्हतं.

विजयनी त्यांच्या हवाईसेवेच्या योजना जाहीर करायला प्रारंभ केला तेव्हा माझ्या या शंकाकुशंकांना पुष्टी मिळाली. त्यांच्या हवाईसेवेत प्रत्येक आसनासाठी व्हिडिओ स्क्रीन असणार होता. मॉडेल्ससारख्या दिसणाऱ्या हवाईसुंदरी असणार होत्या. विमानाची अंतर्गत सजावट चार निरनिराळे रचनाकार सांभाळणार होते. रचनाकारांची दुसरी एक फळी हवाईसुंदरींचे गणवेश तयार करणार होती, वगैरे वगैरे.

आता विजयना ब्रॅन्सन यांच्याशी तुलना होण्याचा वैताग येतो.

"मला कळत नाही की, ही तुलना कशी सुरू झाली. मला रिचर्ड ब्रॅन्सन व्हायचं नाहीय. मला विजय मल्ल्या बनूनच राहायचं आहे," ते म्हणतात.

किंगफिशर ही स्वस्त हवाईसेवा बनवण्याची योजना होती ही गोष्टही ते नाकारतात.

"माझ्याकडं बघा." ते तोफ डागतात, "तुम्ही मला स्वस्त हवाईसेवा सुरू करणारा या रूपात पाहू शकता?"

मला म्हणायचंय की...

'किंगफिशर' किती चांगली कामगिरी करू शकेल त्याबद्दल आत्ताच काही बोलणं घाईचं होईल, मात्र विजयनी पायाभूत सेवांसाठी 'इंडियन एअरलाइन्स'शी हातमिळवणी करून त्यांचं चातुर्य सिद्ध केलं आहे. ते आवर्जून सांगतात की, आम्ही सेवा भरपूर देणार असलो तरी मी अल्प-दरात जास्त 'मार्जिन' देणाऱ्या 'मॉडेल'चं अनुकरण करत आहे. माझ्या मते, त्यांनी स्वस्त हवाईसेवा हे स्वरूप निवडण्याची चूक केली आहे. त्यांची स्वत:ची प्रतिमा पाहता (ते 'किंगफिशर'चे ब्रँड ॲम्बॅसडर आहेत. हे लक्षात आहे ना?) ते 'प्रीमियम क्लब क्लास' यशस्वीरीत्या सुरू करू शकले असते आणि ब्रॅन्सनना 'व्हर्जिन अप्पर क्लास'द्वारे मिळतो तशा प्रकारचा नफा मिळवू शकले असते. पण, विजय यांच्याकडच्या लोकांना आपण काय करतोय ते समजतंय.

जेव्हा 'व्हर्जिन अटलांटिक'नं गरुडभरारी घेतली त्या वेळी ब्रॅन्सननी त्यांना सर्वप्रथम श्रीमंतीची चव देणारा संगीत उद्योग विकून टाकला. तसंच 'किंगफिशर'ला प्रचंड यश लाभलं तरी विजय त्यांच्या नशिबाचा भक्कम पाया असणारा मद्य उद्योग सोडतील असं मला वाटत नाही. त्यांनी त्यांच्या मद्य कंपन्यांची पुनर्रचना केली आहे

आणि 'साउथ आफ्रिकन ब्रुआरज'सारख्या भागीदारांना समभाग विकले आहेत (सध्या पुनर्रचनेची आणखी एक फेरी प्रगतीपथावर आहे. सध्या 'शॉ वॉलेस' ब्रँड्सच्या 'युनायटेड स्पिरिट्स' मध्ये विलीनीकरणाची प्रक्रिया सुरू आहे). पण अजूनही ते मूलत: मद्य उद्योगातील मातब्बर व्यक्ती आहेत. आता त्यांचा समूह जगातील दुसऱ्या क्रमांकाचा मद्य उत्पादक आहे. ब्रिटिश-युरोपियन युतीची 'दियागो' प्रथम क्रमांकावर आहे.

मला वाटतं त्यांच्या वडिलांना त्यांचा अभिमान वाटला असता. विजय यांची शैली त्यांच्या पित्यापेक्षा खूप वेगळी आहे, पण त्यांनी त्यांचं साम्राज्य इतकं वृद्धिंगत केलं आहे की त्या उंचीवर पोचणं शक्य आहे असा विचारसुद्धा कुणाच्या मनात आला नसेल आणि हे त्यांनी त्यांच्या पद्धतीनं केलंय, कोण काय म्हणतंय याची जराही पर्वा न करता.

इतक्या वर्षांनी, मुलानं सिद्ध केलंय की, तो वडिलांच्या पसंतीला पात्र आहे.

"आमचा पक्ष नवा असूनही आम्ही चांगली कामगिरी केलीय. कदाचित, पुढच्या निवडणुकीत आम्ही यापेक्षा चांगली कामगिरी करून दाखवू.'' हा त्यांचा विश्वास आहे.

■

सर्वोच्च स्थानावर एकाकीपण असतं

रतन टाटा

अध्यक्ष, टाटा समूह

✦

रतन टाटा २०१२ सालापर्यंत टाटा साम्राज्याच्या प्रमुखपदी राहणार आहेत तर! निदान प्रसारमाध्यमांनी तरी तसं वृत्त दिलं आहे. टाटा सन्स, कंपनीच्या अध्यक्षांनी वयाच्या सत्तराव्या वर्षी नव्हे तर पंचाहत्तराव्या वर्षी निवृत्त होण्याच्या जुन्या धोरणाकडं नक्कीच परत वळली आहे.

मात्र, आपण या पदावर इतक्या दीर्घकाळ राहू याची रतन टाटांनाच अजिबात खात्री नाही.

"मी माझे सहकारी, तसंच कंपनीचे अध्यक्षपद भूषविलेली माणसं पाहतो, ते पदावरून पायउतार झाले की जणू आपलं आयुष्य संपलं अशा आविर्भावात वागतात. मी त्यांना नेहमी सांगतो की, कार्यालयापलीकडंही स्वत:चं असं जीवन निर्माण करा," रतन टाटा म्हणाले.

"खरं तर मी इतर गोष्टी करण्याची संधी मिळण्याची, सकाळ-संध्याकाळ काम करण्यातून थोडासा विसावा मिळण्याची वाट पाहतोय."

"म्हणजे, तुम्ही नियोजित वेळेआधीच पदावरून बाजूला होण्याची शक्यता आहे?"

"हो, तशी शक्यता आहे."

> "मला वाटतं मी एकाकी आहे आणि त्यापेक्षाही वाईट गोष्ट म्हणजे, मी त्याबाबत काहीही करू शकत नाही."

त्यांना निवृत्तीसंबंधीचा नियम बदलण्याबाबत काय वाटतं, याविषयी मी प्रश्न केला. बऱ्याच लोकांची धारणा आहे की, हा नियम केवळ त्यांना लाभ मिळण्यासाठी बदलला आहे.

हे निवृत्तीविषयक धोरण जेआरडी-युगाच्या अधिपत्यातून टाटा समूहाला मुक्त करण्यासाठी आणण्यात आलं असून, त्यांनी स्वतःच्या पदाचा कार्यकाल सुरू राहण्यासाठी गुपचूप नियम बदलला हे विधान त्यांना फारसं रुचलं नाही.

ते म्हणाले की, पहिली गोष्ट म्हणजे – अधिपती निवर्तले त्या वेळी निवृत्तीचं वय पंचाहत्तरच होतं. ते पुढं बऱ्याच काळानं सत्तरवर आलं. दुसरी गोष्ट म्हणजे, ही माझी कल्पना नव्हती.

प्रथम टाटा समूहातील एका प्रमुख कंपनीनं (त्यांनी या कंपनीचा नामोल्लेख करायला नकार दिला, पण आपण सर्व जण जाणतो की, ती कंपनी म्हणजे 'टाटा स्टील' होय.) टाटा सन्सला समूहाच्या निवृत्तीधोरणाचं पुनरावलोकन करायला सांगितलं.

आणि जेव्हा याविषयी चर्चा सुरू झाली तेव्हा ते तिथून बाहेर पडले कारण त्यांना या संदर्भात हितसंबंध गुंतलेली व्यक्ती मानण्यात येऊ शकलं असतं, याची त्यांना जाणीव होती, त्यामुळं त्यांनी अंतिम निर्णयात जराही भाग घेतला नाही.

त्यांच्या स्वरात किंचितशी संतापाची छटा होती, पण ती तशी सहजी लक्षात येण्याजोगी नव्हती. आम्ही दिल्लीत ताजमहाल हॉटेलच्या (अर्थातच रतन ताज समूहाचे अध्यक्ष आहेत) प्रेसिडेन्शियल स्वीटमध्ये तासभर भेटलो, त्या अवधीत ते लक्षात येण्याजोगे निवांत होते, माझ्या कोणत्याही प्रश्नाला उत्तर द्यायला तयार होते, टीकेनं क्षुब्ध होत नव्हते आणि टाटा समूहाचे प्रमुख म्हणून कार्यभार सांभाळताना त्यांच्या कार्यकालाच्या प्रारंभीच्या काळात पिच्छा पुरवणाऱ्या वादांबद्दल बोलायलाही ते उत्सुक होते.

या आत्मविश्वासाला एक वस्तुस्थिती कारणीभूत आहे, ती म्हणजे त्यांनी अशी कर्तबगारी दाखवली आहे, ज्या उंचीवर पोचणं त्यांना जमेल असं कुणाला वाटलंसुद्धा नसेल, ती उंची त्यांनी सर केली आहे. त्यांनी टाटा समूहातील सर्व प्रमुख कंपन्यांचा चेहरामोहरा बदलला आहे. हा समूह इतक्या उत्तम आर्थिक परिस्थितीत यापूर्वी कधीच नव्हता. त्याचबरोबर आंतरराष्ट्रीय स्तरावरील संपादन वेगानं सुरू आहे आणि आता ते जागतिक प्रसारमाध्यमांचे लाडके बनले आहेत (ते ४ जुलै २००५ च्या 'न्यूजवीक'च्या मुखपृष्ठावर झळकले होते.) शिवाय आपण टाटांच्या यशाचे आधार आहोत या गोष्टीचं त्यांना समाधान आहे. त्यांचे पिता – नवल – व त्यांचे पूर्वाधिकारी, टाटा समूहाचे प्रमुख जे.आर.डी. टाटा यांनी त्यांना जो मूल्य व सचोटीचा मार्ग शिकवला, त्यावरून ते कधीही ढळले नाहीत.

पण सर्वांत महत्त्वाची गोष्ट म्हणजे, त्यांची प्रामाणिकपणे बोलण्याची इच्छा त्यांच्या आतूनच उमटलेली दिसत होती. ते उडवाउडवीची उत्तरं देणारे नाहीत. तुम्ही त्यांना सरळ प्रश्न विचारा, ते तुम्हाला सरळ उत्तर देतील.

माझं तरुण उत्तराधिकाऱ्याला प्राधान्य आहे

मी त्यांना विचारलं, "समजा, निवृत्तीचं वय वाढवण्यात आलं नसतं, तर काही वर्षांतच तुम्ही या पदावरून बाजूला झाला असता, मग तुम्ही उत्तराधिकारी शोधला होता का?"

"नाही." ते स्पष्टपणे म्हणाले. असा कुणी उमेदवार त्यांच्या डोळ्यासमोर नव्हता. त्यांनी उत्तराधिकारी शोधण्यात बराच काळ घालवला आहे, पण त्यात त्यांना फक्त ६० ते ७० टक्केच यश लाभलं. आता त्यांना जो अतिरिक्त काळ लाभला आहे त्यामुळं एक गोष्ट चांगली झालीय, ती म्हणजे आता त्यांना उत्तराधिकारी शोधण्यासाठी आवश्यक असणारा अवधी आहे – आणि हो, २०१२ सालापर्यंत आपण या पदावर राहूच असं नाही, याचा त्यांनी पुररुच्चार केला.

"तुम्हाला तुमच्या उत्तराधिकाऱ्यामध्ये कोणती गुणवैशिष्ट्यं असणं अपेक्षित आहे? त्याचं काही वर्णन सांगता येईल का?"

"काही गुणवैशिष्ट्यं सुस्पष्ट आहेत." ते म्हणाले, "या नव्या व्यक्तीची टाटांच्या मूल्यांवर श्रद्धा असली पाहिजे, त्यानं व्यवस्थापकीय नैपुण्य सिद्ध केलेलं असलं पाहिजे आणि त्याच्यापाशी टाटा समूह चालवण्याचा विशिष्ट दृष्टिकोन (vision) असला पाहिजे."

मात्र, या पदासाठी इतरही काही गुण आवश्यक आहेत. रतन म्हणतात की, मी समूहाच्या पुनर्रचनेचं अवघड काम पूर्ण करू शकलो नाही. त्यांच्या मते टाटा कर्मचाऱ्यांना कार्यप्रवृत्त करण्यासाठी अधिक काही करणं गरजेचं आहे. टाटा सन्सच्या कुणाही नव्या अध्यक्षाला हे काम पूर्ण करावं लागेल.

ते म्हणाले की, मी तरुण व्यक्तीच्या शोधात आहे. त्यांना या पदासाठी चाळिशीतलाच माणूस हवा आहे, पण समजा असा उमेदवार आढळलाच नाही, तर पन्नाशीत पाऊल ठेवलेली व्यक्ती चालेल, मात्र त्यांना असा 'बॉस' हवा आहे की, जो समूहाची पुनर्रचना व पुनर्घडण करण्यासाठी दीर्घकाळ या पदावर राहून समूहाचं सुकाणू सांभाळू शकेल.

"याचा अर्थ, भावी अध्यक्ष साठीच्या आसपासचा असणार नाही (जसे सध्याचे बरेचसे उमेदवार आहेत तसा) असा घ्यायचा का?"

या बाबतीत रतन यांचं मत स्पष्ट आहे. स्थित्यंतरित अध्यक्ष हा एक पर्याय असेल, पण प्रदीर्घ काळ समूहाचं नेतृत्व सांभाळू शकेल अशा माणसाला त्यांचं

अधिक प्राधान्य असेल. त्यामुळं संभाव्य अध्यक्षांबद्दलच्या 'बिझनेस प्रेस'मधल्या अंदाजांना पूर्णविराम मिळेल असं दिसतंय कारण आता हा शोध नव्या पिढीपुरता मर्यादित झाला आहे.

मी जेआरडींची जागा घेईन असा विचार माझ्या मनात कधीही आला नाही

टाटांच्या वारशासंदर्भातला कुठलाही प्रश्न, १९८१ साली जे.आर.डी. टाटांनी रतन टाटा हे टाटा इंडस्ट्रीजचे नूतन अध्यक्ष असतील असं घोषित केलं होतं, त्या दिवसापर्यंत अपरिहार्यपणे जातो.

"या निर्णयाचं तुम्हाला आश्चर्य वाटलं होतं का?"

"वेल, होय." ते म्हणाले, "पण आपण टाटा इंडस्ट्रीजच्या अध्यक्षपदी विराजमान होतोय म्हणजे आपण 'बिग बॉस' म्हणून जे.आर.डी. टाटांची जागा घेतोय असं क्षणभरही कधी माझ्या मनात आलं नाही."

"कमॉन." मी म्हणालो, "टाटा इंडस्ट्रीजची ही घोषणा आधी ठरल्याप्रमाणंच झाली असा सर्वांचा समज आहे."

"प्रसारमाध्यमांनी नक्कीच त्याला तसं स्वरूप दिलं," ते म्हणाले, "पण टाटा समूहात मला या पदावर नेमलं जाईलच याची कुणालाही खात्री नव्हती. आणि जेआरडी जरी 'एक दिवस तुलाच या समूहाची धुरा वाहायची आहे' अशासारखं म्हणत असले तरी, प्रत्यक्षात त्यांनी मला तसं ठामपणे कधीच कबूल केलं नव्हतं."

"तुम्ही संपूर्ण दशकभर टाटा इंडस्ट्रीजचं अध्यक्षपद भूषविलंत, पण टाटा सन्सचं नाही, त्यामुळं कदाचित आपण दुसऱ्या कुणासाठी तरी काम करत कारकिर्दीची अखेर करू, या समजुतीत तुम्ही होता, असा याचा अर्थ घ्यायचा का?"

"हो, मला अगदी तसंच वाटत होतं." ते म्हणाले.

"मग दुसरी कोणती व्यक्ती जेआरडींचा वारसदार बनू शकली असती?" मी विचारलं.

"नानी पालखीवाला," ते म्हणाले, "नानी फार जबरदस्त स्पर्धक होते, पण ते सरकारचे इतके प्रखर टीकाकार बनल्यामुळं जेआरडींना वाटलं की, त्यांची राजकीय मतं टाटांच्या दृष्टीनं अडचणीची ठरू शकतील."

"आणखी कुणी?"

"रुसी मोदी." रतन उत्तरले, "खरं तर, १९८० च्या दशकात मला व्यक्तीशः वाटायचं की, रुसी नक्की पुढचे टाटाप्रमुख होणार. त्यांनी टाटा स्टील इतकी यशस्वीरीत्या चालवली होती, शिवाय त्यांना 'लार्जर-दॅन-लाइफ' व्यक्तिमत्त्व

लाभलं होतं. ते जेहना (जेआरडी) फार प्रिय होते. मला वाटतं जेहना रुसी आवडण्याचं कारण म्हणजे त्यांच्यात अशी बरीच गुणवैशिष्ट्यं होती, जी जेहना स्वत:मध्ये असणं आवडलं असतं. रुसी मिळून-मिसळून वागणारे, मैत्रीपूर्ण व्यक्तित्व होते. ते कामगारांमध्ये मिसळून त्यांना भारून टाकू शकत असत.''

त्यांनी जे.आर.डी. टाटांचा रुसींवर किती विश्वास होता याचं एक उदाहरण सांगितलं. १९८० च्या दशकाच्या उत्तरार्धात, रुसींनी टेल्कोबरोबरच टिस्कोचीही अधिकारसूत्रं घ्यायची असा प्रस्ताव होता. पण तोपर्यंत रुसींनी गोंधळ केला.

मी त्यांना म्हणालो की, मी हा प्रसंग स्वत: रुसींकडूनच ऐकला आहे. ते रुसींकडं टेल्कोच्या अधिकारपदाची सूत्रं देणार असल्याचं जाहीर करण्याच्या तयारीत होते, तितक्यात बेजबाबदार पत्रकारांनी, 'सुमंत मूळगावकर यांनी टेल्को अतिशय वाईट पद्धतीनं चालवली' असं रुसींनी म्हटल्याचं लिहिलं. त्यामुळं मूळगावकर भयंकर भडकले आणि त्यांनी रुसींना त्यांची जागा घेऊ देण्यास नकार दिला. रुसींनी त्यांच्या तोंडचे शब्द खोटे असल्याचं सांगितलं तरी मूळगावकरांचं मत बदललं नाही.

''होय.'' रतन चतुराईनं म्हणाले, ''रुसींनी नंतर सांगितलं की, माझ्या तोंडी चुकीचे शब्द घातले गेले आहेत.''

'वळण'दार कहाणी

रुसी मोंदींबाबतचं कुठलंही संभाषण आपल्याला १९९० च्या दशकात रतन टाटांविरोधात वारंवार करण्यात येणाऱ्या आरोपांप्रत घेऊन जातं.

पहिला आरोप : ते आशादायक उद्योगपती नाहीत, त्यांना हे पद केवळ त्यांच्या आडनावामुळं लाभलं आहे.

आणि दुसरा आरोप : त्यांना स्वत:च्या मर्यादित क्षमतांमुळं इतकी असुरक्षित भावना होती की, ते जेआरडींची भिस्त असणाऱ्या माणसांपासून चटकन बाजूला होत असत.

''वेल, मला सर्वप्रथम एक गोष्ट स्पष्ट करू देत, ती म्हणजे मला समूहातील कुणाही व्यक्तीमुळं किंवा कुणाच्याही स्थानामुळं कधीही असुरक्षित भावना नव्हती.'' ते शांतपणे म्हणाले.

''पण मी संवेदनशील माणूस असल्यामुळं, रुसी मोंदींसारख्या लोकांनी माझ्याबद्दल अशा अपायकारक गोष्टी बोलायला सुरुवात केल्यानंतर मला ते फार झोंबलं. मी रुसींचा सदैव आदरच करायचो, विशेषत: मी जमशेदपूरमध्ये होतो तेव्हा, पण जेव्हा त्यांनी माझ्यावर अशी तीव्र आगपाखड केली तेव्हा मी फार दुखावलो. ते भावनिकदृष्ट्या फार यातनादायी होतं.''

''आपण हा मुद्दा टप्प्याटप्प्याने बघू.'' मी म्हणालो.

"तुमचे टीकाकार म्हणायचे त्याप्रमाणे तुम्ही खरोखरच 'बिझनेस डम-डम' होता का? तुम्ही नेल्को डबघाईला आणलीत ही गोष्ट खरी आहे का? तसंच तुम्ही टाटा कापड उद्योग अवसायानात काढलात, हेही खरं आहे का?"

सर्वसाधारणपणे, रतन टाटांना कुणीही असले प्रश्न तोंडावर विचारत नाही, पण तरीसुद्धा ते संतापलेले नव्हते. उलट ते इतिहासातील नोंदी दुरुस्त करायला उत्सुक दिसत होते.

त्यांनी 'नेल्को'पासून सुरुवात केली.

"मी या कंपनीची सूत्रं स्वीकारली तेव्हा ग्राहकोपयोगी इलेक्ट्रॉनिक्स बाजारपेठेचा २ टक्के हिस्सा आमच्याकडं होता. आमचा तोटा एकूण वार्षिक उलाढालीच्या ४० टक्के होता. मी हे चित्र पालटलं आणि ग्राहकोपयोगी इलेक्ट्रॉनिक्स बाजारपेठेचा २० टक्के हिस्सा आमच्याकडं आला. आम्ही व्यावसायिक इलेक्ट्रॉनिक्स, इन्व्हर्टर्स, संगणक, इत्यादी नव्या क्षेत्रांतही प्रवेश केला आणि अखेर, आम्हाला प्रत्यक्ष नफा मिळाला आणि आम्ही लाभांशही जाहीर केला."

"मी असं म्हणत नाही की, नेल्कोला अभूतपूर्व प्रचंड यश लाभलं, पण यशाचं थोडं श्रेय तरी मी नक्कीच घेऊ शकतो." ते म्हणाले, "आणि टाटांनी या कंपनीत गुंतवणूक केली असती, तर गोष्टी कितीतरी अधिक चांगल्या घडल्या असत्या."

कापड उद्योगाच्या संदर्भात सांगायचं, तर त्यांना 'एम्प्रेस मिल' देण्यात आली होती. त्या वेळी हे आजारी युनिट होतं. त्यांनी ही गिरणी नफ्यात आणली व लाभांश जाहीर केला. त्यानंतर जे.आर.डी. टाटांनी त्यांच्यावर 'सेन्ट्रल इंडिया मिल'ची जबाबदारी सोपवली.

"या दरम्यान, संपूर्ण भारतीय कापड उद्योग खडतर काळातून मार्गक्रमण करत होता. त्यामुळं, काही टाटा संचालकांनी, मुख्यत्वे नानी पालखीवालांनी आपण ही गिरणी अवसायानात काढावी अशी भूमिका घेतली. मी त्यांच्याशी वाद घातला. आम्हाला गिरणीचं रूप पालटण्यासाठी फक्त ५० लाख रुपये हवे होते. पण नानींनी आम्हाला पैसे देण्यास विरोध केला आणि आम्ही ही गिरणी बंद केली."

त्यानंतर रतन टाटा जरासे भावूक झाले.

"मी या निर्णयानं इतका वैतागलो होतो की, मला जेव्हा टाटांकडून माझा वार्षिक बोनस मिळाला त्या वेळी मी तो कंपनीच्या अधिकाऱ्यांना देऊन टाकला. ही संपूर्णतः निरपराध माणसं होती. कंपनीसंदर्भातल्या चुकीच्या निर्णयामुळं त्यांना त्यांची काहीही चूक नसताना नोकरी गमवावी लागली होती. त्यांना घर चालवायचं होतं, मुलांचं शिक्षण करायचं होतं."

रतन टाटांचा हा पैलू ते वरचेवर कुणाला पाहू देत नाहीत.

माझ्या आयुष्यातील सर्वांत मोठी खंत

"पण अधिपतींचं काय?" मी विचारलं. आमच्या संभाषणाची गाडी पुन्हा अपरिहार्यपणे रुसी मोदींवर आली. रतन टाटांच्या व्यावसायिक जीवनात नात्यांच्या नीट न जमलेल्या सगळ्याच गणितांची खंत त्यांच्या मनात रुतून असली तरी त्यांना सर्वांत जास्त विद्ध केलंय ते रुसी मोंदींशी बिघडलेल्या संबंधांनी.

"रुसी असं का वागले ते अजूनही मला समजत नाही. ते माझे मित्र होते. ते जेह यांचे आवडते होते. पण ते अचानक अतीच करू लागले होते. मला एक प्रसंग आठवतो. संचालक मंडळाची बैठक होती. त्यामध्ये आम्ही त्यांना विचारलं की, 'तुम्ही 'टाटा स्टील'चे अध्यक्ष आहात, तरी तुम्ही कंपनीची निंदा करणाऱ्या मुलाखती का देत आहात?' (तेव्हा जे.जे. इराणी व्यवस्थापकीय संचालक होते) त्यावर ते ताडकन उठून उभे राहिले आणि म्हणाले, 'हा विषय काढल्यामुळं मी इथून निघून जाणार आहे.' आणि चक्क, 'टाटा स्टील'चे अध्यक्ष त्यांच्या स्वत:च्याच संचालक मंडळाच्या बैठकीतून तडक निघून गेले, आम्ही थक्क होऊन पाहत राहिलो. त्यानंतर ते संचालक मंडळाच्या बैठकीला फिरकले नाहीत आणि कंपनीची निंदानालस्ती करतच राहिले. अखेर, संचालक मंडळाला त्यांना दूर करावं लागलं."

"मला वाटतं त्यांनी स्वत:च्याच पायावर कुऱ्हाड मारून घेतली आणि त्यांच्या वागण्यामुळं आदित्य कश्यप यांचंही नुकसान झालं. अतिशय कुशाग्र व कुशल एक्झिक्युटिव्ह असणाऱ्या आदित्यना आपण रुसींना पाठिंबा दिला पाहिजे असं वाटत होतं."

"त्या काळी टाटा समूहात जो कडवटपणा पसरला होता त्याबद्दल तुम्हाला खंत वाटते का?"

"हो." ते म्हणाले, "नक्कीच वाटते."

पण त्यांना ज्या गोष्टीची सर्वाधिक खंत वाटते ती गोष्ट निराळीच आहे. तिचा या गोष्टीशी संबंध नसून, ती गोष्ट स्वत: जे.आर.डी. टाटांशी संबंधित आहे.

"त्यांच्या जीवनातील अखेरच्या सहा वर्षांच्या काळात आम्ही फार जवळ आलो." ते म्हणाले, "मात्र मला खरोखर खंत वाटते की, आम्ही त्याआधी कधी इतके जवळ आलो नाही. माझ्या आयुष्यातील ही सर्वांत मोठी खंत असेल."

अत्यंत एकाकी क्षण

ते अशा मोकळ्या मूडमध्ये असल्यामुळं मी त्यांना त्यांच्या वैयक्तिक यशापयशाबद्दल विचारलं.

"टाटाच्या प्रमुखपदावर काम करत असताना पहिल्या पाच-सहा वर्षांत काही

एकाकी क्षण आले का?''

''हो.'' ते म्हणाले, ''असे अनेक एकाकी क्षण आले. मला एकटं, निराश, उद्विग्न करणारे अनेक क्षण आले.''

टेल्कोला ६०० कोटी रुपयांचा तोटा झाला होता, त्या वेळी टीकाकारांनी रतनना या पदासाठी अपात्र ठरवलं होतं, त्या टप्प्याबद्दल बोलताना ते म्हणाले : ''मी लोकांना समजावून सांगायचा प्रयत्न केला की, आपला 'मार्केट शेअर' अजूनही तोच आहे. हा उद्योगच खडतर टप्प्यातून मार्गक्रमण करतोय. पण माझ्या बोलण्यावर कुणीच विश्वास ठेवला नाही. त्यानंतर जेव्हा मार्केटचं पुनरुज्जीवन झालं तेव्हा टाटांनी पुन्हा नफा कमवायला सुरुवात केली. तेव्हाही मी समजावण्याचा प्रयत्न केला की, आम्ही कंपनीची भरभराट घडवलीय असा याचा अर्थ नाही. अजूनही आमचा मार्केट शेअर नेहमीसारखा तितकाच आहे. पण मार्केटमधील प्रवाह बदलले आहेत.''

''तेव्हासुद्धा.'' ते हसून म्हणाले, ''लोकांनी माझ्या बोलण्यावर विश्वास ठेवला नाही.''

त्यानंतर रतनने 'टेल्को'ची अधिकारसूत्रं स्वीकारल्यानंतर काही काळानं, राजन नायरचा सहभाग असलेला तो भयानक कामगार वाद उफाळला.

''तो भयावह काळ होता.'' रतन म्हणाले, ''त्या वेळी हिंसाचार घडत होता, भोसकाभोसकीचे प्रकार घडत होते. पोलीस राजन नायरच्या बाजूचे दिसत होते. आणि आमच्या बाजूनं उघडपणे उभं राहील असं पुण्यात अक्षरश: कुणीच नव्हतं. याला अपवाद फक्त बुजुर्ग डॉ. कल्याणी यांचा (बाबा कल्याणींचे वडील). त्यांचा तो आधार मी कधीही विसरणार नाही.'' रतन सांगत होते, ''पण टेल्कोनं जर ते युद्ध लढलं नसतं आणि त्यात आमचा विजय झाला नसता, तर राजन नायरनं पुण्यावर राज्य केलं असतं.''

''म्हणजे तो काळ एकाकी होता?''

''ओह येस, तो फारच भयंकर काळ होता,'' ते म्हणाले.

आणखी एक गोष्ट म्हणजे – 'इंडिका'ची कहाणी. ही कार म्हणजे रतन यांची वेडगळ कल्पना असल्याचं सर्वांनी मानलं, पण हीच कार 'टाटा मोटर्स'चं उत्तुंग यश बनली.

''मला नेहमी वाटायचं की, आपण एखादी लहान गाडी बनवावी.'' ते म्हणाले, ''पण सगळ्या छोट्या अथवा मध्यम आकाराच्या परदेशी गाड्या स्वत: चालवण्यासाठी बनवलेल्या असतात, म्हणजेच गाडीच्या पाठीमागच्या सीटकडं – तुम्ही बसलात की ती मागं झुकते का याकडं – कुणी लक्ष पुरवलेलं नसतं. मला

मात्र अशी कार बनवायची होती की, जी 'शोफर' चालवत असेल, ज्या गाडीत पाठीची बाजू इतकी झुकती असणार नाही. मला स्पर्धात्मक दरात ॲम्बेसडरचं आधुनिक रूप तयार करायचं होतं.''

ही कार बनवण्याची प्रक्रिया सुरू होती त्यादरम्यान रतन यांच्या अनेक टीकाकारांना हे 'विनाशकाले विपरीत बुद्धी'सारखं वाटलं होतं.

''अगदी टाटामध्येसुद्धा लोक मला या प्रकल्पापासून अंतरावर राहायला सांगत होते, म्हणजे जेव्हा हा प्रकल्प अपयशी ठरेल तेव्हा त्याच्या अपयशाचं खापर माझ्या शिरावर येणार नाही असं त्यांना वाटत होतं. मी तसं करण्यास नकार देताच ते माझ्यापासून अंतरावर राहू लागले.'' रतन टाटा हसून म्हणाले, ''पण आज मागं वळून पाहता जाणवतं की, ही फार चांगली गोष्ट घडली. कारण माझी या टीमशी घट्ट गोवणूक झाली आणि आम्ही परस्परांच्या अतिशय निकट काम केल्यामुळं आम्ही अधिक कार्यप्रवृत्त झालो.''

हे विधिलिखित होतं, आडनावाचा फायदा नव्हता

''तुमचे सहकारी व एकंदरीतच लोक तुम्हाला काय मानतात?'' मी विचारलं. कारण, आता टाटा सन्स बहुतांशी विविध लोकोपयोगी संस्थांच्या मालकीची आहे, टाटा स्वत: निखर्वपती नाहीत. पण याचा अर्थ ते श्रीमंत नाहीत असा नाही.

''माझ्याजवळ स्वत:चं भांडवल आहे.'' रतन मान्य करतात.

पूर्वी, त्यांची प्रिय आजी जिवंत होती त्या वेळी टाटा बॉम्बेमधल्या (आता मुंबई) सर्वांत श्रीमंत लोकांत गणले जात असत. स्वत: रतन मुंबईच्या मध्यात वसलेल्या प्रशस्त घरात, विस्मयजनक ऐषआरामात लहानाचे मोठे झाले आहेत (पुढं त्यातल्या काही भागात स्टर्लिंग सिनेमा व डॉइश बँक सुरू झाली.)

तरीसुद्धा, आज तुम्ही त्यांची जीवनशैली पाहिलीत, तर ती कुणाही व्यावसायिक व्यवस्थापकासारखी आहे – खरं तर माझ्या माहितीतल्या कंपनी-उच्चपदस्थांची जीवनशैली रतन टाटांपेक्षा उच्च आहे. ते कुलाब्याला 'बख्तावर' मधल्या त्याच सदनिकेत अनेक वर्षं राहिले आहेत. आणि जे थोडे लोक त्यांच्या घरी जाऊन आले आहेत, ते सांगतात की, त्यांचं घर वाचनप्रेमी व श्वानप्रेमी ब्रह्मचाऱ्याचं घर आहे; भारतातील सर्वांत मोठ्या समूहाच्या प्रमुखाच्या घरासारखं तर ते नक्कीच नाही. जे.आर.डी. टाटासुद्धा डामडौल दाखवणारे नव्हते, पण तेसुद्धा खूप आलिशानपणे राहत असत– रतन यांच्यापेक्षा तर कितीतरी उत्तम. त्यांचा कुम्बाला हिल बंगला अतिशय छान होता.

''तुम्हाला वैयक्तिक संपत्तीचं फारसं महत्त्व नाही असं दिसतं, पण इतक्या श्रीमंतीत वाढलेल्या माणसाच्या बाबतीत हे विसंगत नव्हे का?''

“खरं आहे, मी खूप श्रीमंतीत वाढलो आहे” ते म्हणाले, “पण मी अमेरिकेतली ती दहा वर्षं विसरू शकत नाही. मी तिथं रिझर्व बँकेच्या भत्त्यावर जगत होतो (टाटांनी काळ्या बाजारातून डॉलर्स कधीच घेतले नसते), ते पैसे कधीच पुरेसे नसत. त्यामुळं मला जमाखर्चाची तोंडमिळवणी करण्यासाठी बशा विसळण्यासह सगळ्या प्रकारची कामं करावी लागायची. अशा प्रकारच्या गोष्टींमुळं तुमचं कुटुंब श्रीमंत आहे ही गोष्ट झटकन विसरली जाते.”

“आणि आता? आता तुम्ही टाटा साम्राज्यात अब्जावधी रुपयांची भर घातली आहे. त्यापैकी काहीही तुमचं नाही असं तुम्हाला वाटतं?”

“ओह, नो. मी त्याचा कधी विचारसुद्धा करत नाही.”

“तुमच्याविषयीचं आणखी एक प्रसिद्ध मत म्हणजे तुम्ही अतिशय बुजरे, जवळपास एकान्तवासी आहात.”

“ते खरं आहे,” रतन टाटा म्हणाले.

“पण मला वाटतं.” मी चिकाटीनं रेटत विचारलं, “हे त्यापेक्षा अधिक सखोल आहे. मला वाटतं, मनाच्या गाभ्यातसुद्धा तुम्ही एकाकी माणूस आहात.”

ते क्षणभर स्तब्ध झाले.

“खरं आहे.” ते म्हणाले, “मला वाटतं मी एकाकी आहे आणि त्यापेक्षाही वाईट गोष्ट म्हणजे, मी त्याबाबत काहीही करू शकत नाही.”

ते तरुण असताना वास्तुकलेच्या अभ्यासासाठी अमेरिकेला गेले होते आणि आता ते एक प्रचंड उद्योग चालवत आहेत.

“तुम्हाला हे करणंच आवडलं असतं का तुम्हाला केवळ आडनावाचं बंधन आलं आहे?”

“मला वाटतं माझं आडनाव काहीही असतं तरी मी आर्किटेक्टच राहिलो असतो.” ते म्हणाले, “मी जेव्हा उद्योगात न येता आर्किटेक्ट होण्याचा निर्णय घेतला तेव्हाही मी टाटाच होतो. पण त्यानंतर माझी आजी फार आजारी पडली. माझी तिच्याशी खूप जवळीक होती. मला तिला भेटण्यासाठी भारतात येत राहावं लागलं. आणि इथं इतके वेळा येत राहिल्यानंतर, एकातून एक गोष्टी घडत गेल्या, मग मी पुन्हा कधी परत गेलोच नाही.”

“अशा प्रकारे, अखेर तुम्हाला आडनावानं जाळ्यात पकडलं नाही, तर तसं तुमचं विधिलिखितच होतं?”

रतन टाटा क्षणभर गप्प राहिले आणि नंतर हसून म्हणाले, “हो, मला वाटतं तसं म्हणता येईल.”

■

हे सर्व लेख प्रथम 'हिंदुस्तान टाइम्स'च्या मुंबई आवृत्तीत
'एचटी लीडरशिप सिरीज' या सदरात प्रसिद्ध झाले होते.

रतन टाटा   –   २४ जुलै २००५
नसली वाडिया   –   २५ जुलै २००५
राजीव चंद्रशेखर   –   १ ऑगस्ट २००५
नंदन निलेकणी   –   ८ ऑगस्ट २००५
सुभाष चंद्रा   –   १५ ऑगस्ट २००५
अझिम प्रेमजी   –   २२ ऑगस्ट २००५
कुमार मंगलम बिर्ला   –   २९ ऑगस्ट २००५
उदय कोटक   –   ५ सप्टेंबर २००५
सुनील भारती मित्तल   –   १९ सप्टेंबर २००५
विजय मल्ल्या   –   २६ सप्टेंबर २००५
बिक्की ओबेरॉय   –   २९ जानेवारी २००६

www.ingramcontent.com/pod-product-compliance
Lightning Source LLC
LaVergne TN
LVHW090000230825
819400LV00031B/466